ലാൽ സലാം

പി. കൃഷ്ണപിള്ള

INSIGHT PUBLICA®

INSIGHT PUBLICA®

Nadakkavu, Kozhikode, Kerala, 673011
www. insightpublica. com
e-mail: insightpublica@gmail.com
Title: **Lal Salam: P. Krishnapilla**
(Malayalam)
Author: **P.C Rajesh**
First Edition: February 2017
This Edition: June 2022
Book Design: kjvj@insight

Printed and Published by
InsightinPublica Printers & Publishers Pvt. Ltd.
ISBN 978-93-85899-77-5

ലാൽ സലാം
പി. കൃഷ്ണപിള്ള

പി.സി. രാജേഷ്

INSIGHT PUBLICA®

നവോത്ഥാന പരമ്പര

നവോത്ഥാന പരമ്പര

അനീതിയും അസമത്വവും അയിത്തവും അനാചാരവും തളം കെട്ടി നിന്ന, ഭ്രാന്താലയമെന്ന് പേരുകേട്ട കേരളീയ സമൂഹത്തിൽ നവോത്ഥാന കാഹളം മുഴക്കി സമൂഹത്തെ മാറ്റിമറിച്ച നവോത്ഥാന പോരാളികളുടെ ജീവിതവും ഇടപെടലുകളുമാണ് നവോത്ഥാന പരമ്പരയിൽ സമാഹരിക്കുന്നത്. ശ്രീനാരാണ ഗുരു, ചാവറയച്ചൻ, വക്കം അബ്ദുൽ ഖാദർ മൗലവി, ചട്ടമ്പി സ്വാമികൾ, സഹോദരൻ അയ്യപ്പൻ, വാഗ്ഭടാനന്ദൻ, അയ്യങ്കാളി, വി.ടി. ഭട്ടതിരിപ്പാട്, പി. കൃഷ്ണപിള്ള, ആര്യാപള്ളം തുടങ്ങി പത്ത് പേരാണ് ഈ പരമ്പരയിലുള്ളത്.

ഇത്തരമൊരു സംരംഭത്തിന് അകമഴിഞ്ഞ് പ്രോത്സാഹനമേകിയ സുമനസ്സുകളെ സ്നേഹപൂർവ്വം സ്മരിക്കുന്നു. യഥാസമയം പുസ്തകങ്ങൾ തയ്യാറാക്കി നൽകിയ പ്രിയ എഴുത്തുകാർക്ക് സ്നേഹം.

സുമേഷ് ഇൻസൈറ്റ്

കോഴിക്കോട് ജില്ലയിലെ പേരാമ്പ്രക്ക് അടുത്ത് ചെറുവണ്ണൂരിൽ ജനനം.

അച്ഛൻ: പി.സി.കുഞ്ഞികൃഷ്ണൻ നായർ, അമ്മ: സുമതി.

ചെറുവണ്ണൂർ എ.എൽ.പി.സ്കൂൾ, ജി.യു.പി.സ്കൂൾ, പേരാമ്പ്ര ഹയർ സെക്കണ്ടറി സ്കൂൾ, മടപ്പള്ളി ഗവൺമെന്റ് കോളജ്, മേപ്പയൂർ സലഫി കോളജ് ഓഫ് ടീച്ചർ എഡ്യൂക്കേഷൻ, ശ്രീ. കേരളവർമ്മ കോളജ് തൃശ്ശൂർ, അണ്ണാമലൈ യൂനിവേഴ്സിറ്റി (ഡി.ഡി.ഇ.) എന്നിവിടങ്ങളിൽ പഠനം.

വെളിയങ്കോട്, മൂക്കുതല, കാടഞ്ചേരി, ആവള -കുട്ടോത്ത് ഹയർ സെക്കണ്ടറി സ്കൂളുകളിൽ അധ്യാപകനായിരുന്നു. ഇപ്പോൾ അഴിയൂർ ഗവ.ഹയർസെക്കണ്ടറി സ്കൂളിലെ പൊളിറ്റിക്കൽ സയൻസ് അധ്യാപകനാണ്.

വിലാസം: പാറച്ചാലിൽ വീട് ,
ചെറുവണ്ണൂർ പി.ഒ.
മേപ്പയൂർ വഴി- 673524

പി.സി. രാജേഷ്

ഉള്ളടക്കം

സഖാവിന്റെ ബാല്യം

തിരുവിതാംകൂറിൽ രാജഭരണം കൊടികുത്തിവാഴുന്നകാലം ബ്രിട്ടീഷ് ഭരണത്തിനെതിരെ ഇന്ത്യയാകെ സ്വരാജ് പ്രഖ്യാപിച്ചുകൊണ്ട് സമര രംഗത്തേക്കിറങ്ങാൻ ആരംഭിക്കുന്ന കാലം

1906- വൈക്കം ക്ഷേത്രത്തിന് വടക്ക് പഴയ നായർ തറവാടായ പറൂർ വീട്ടിൽ പാർവ്വതിഅമ്മയുടെയും മയിലേഴത്ത് മണ്ണാപ്പള്ളി നാരായണൻനായരുടെയും പത്തുമക്കളിൽ മൂന്നാമനായി കൃഷ്ണപിള്ള ജനിച്ചു. കൂടപ്പിറപ്പുകളിൽ ആറ് പേരും ചെറുപ്രായത്തിൽ തന്നെ മരിച്ചു. മൂത്തസഹോദരിമാരായ അമ്മുക്കുട്ടിയും ഗൗരിയും ഇളയ സഹോദരനായ നാണപ്പനും മാത്രമാണ് അവശേഷിച്ചത്. അച്ഛൻ തിരുവിതാംകൂർ ഭരണകാലത്ത് പാർവ്വത്യകാരനും (വില്ലേജ് ഓഫീസർ) അമ്മാവൻ നാരായണപിള്ള പോലീസ് ഉദ്യോഗസ്ഥനുമായിരുന്നു.

പറൂർ തറവാട് സാമ്പത്തികമായി തകർച്ചയിലായിരുന്നെങ്കിലും, അച്ഛനും അമ്മയുടെ അച്ഛനുമെല്ലാം സാമ്പത്തികമായ ശേഷിയുള്ളവരായിരുന്നതിനാൽ കൃഷ്ണപിള്ളയുടെ ബാല്യകൗമാരങ്ങൾ വല്ലാതെ ബുദ്ധിമുട്ടില്ലാതെ കടന്നുപോയി.

കുടിപ്പള്ളിക്കൂടത്തിലും വൈക്കം വെസ്റ്റ് മിഡിൽ സ്കൂളിലുമായിരുന്നു പഠനം. പഠനകാലത്ത് ഒരു സാധാരണ വിദ്യാർത്ഥി മാത്രമായിരുന്നു അദ്ദേഹം. കളികളിലും സാമൂഹിക ബന്ധങ്ങളിലും കാണിച്ച സാമർത്ഥ്യമൊന്നും പഠിപ്പിലുണ്ടായിരുന്നില്ല. നാട്ടിലെ സാധാരണ ആചാരമര്യാദകളെല്ലാം പാലിച്ചുകൊണ്ടായിരുന്നു അദ്ദേഹത്തിന്റെ ബാല്യകാലം. കുടുമ വെച്ച് ഈശ്വര ഭക്തിയോടെ ജീവിച്ച കാലം. നാലാം ക്ലാസ് വരെ മാത്രമേ അദ്ദേഹത്തിന് പഠനം തുടരാൻ കഴിഞ്ഞുള്ളൂ. സുഹൃദ് ബന്ധങ്ങൾ സൃഷ്ടിക്കുന്നതിൽ അപാരമായ കഴിവുണ്ടായിരുന്ന കൃഷ്ണപിള്ള അയിത്തജാതിക്കാരായ കുട്ടികളുമായി സ്കൂളിലും പുറത്തുമെല്ലാം സംസർഗം പുലർത്തിയിരുന്നു.

കൃഷ്ണപിള്ളയുടെ ജീവിതത്തെ അടിമുടി മാറ്റി മറിച്ചത് അമ്മയുടെ അകാല മരണമായിരുന്നു. വസൂരി രോഗം പിടിപെട്ടതോടെ കുടുംബത്തിലെല്ലാവരും വീടുമാറിത്താമസിച്ചു. സമൂഹത്തിന് വസൂരിയെന്ന മഹാമാരിയോടുള്ള ഭീതി കാരണം മരണ സമയത്ത് അമ്മയെ കാണാൻ പോലും അനുവാദം ലഭിച്ചില്ല. അത് അദ്ദേഹത്തിലുണ്ടാക്കിയ മാനസിക സമ്മർദ്ദം ചെറുതൊന്നുമായിരുന്നില്ല. പിൽക്കാലത്ത് വസൂരിയെ പ്രതിരോധിക്കാനുള്ള മാനസിക കരുത്ത് ഈ അവസ്ഥയിൽ നിന്നായിരിക്കണം സൃഷ്ടിക്കപ്പെട്ടത്. ഏറെ താമസിയാതെ 14-ാം വയസ്സിൽ അദ്ദേഹത്തിന്റെ അച്ഛനും മരണപ്പെട്ടു.

അച്ഛന്റെയും അമ്മയുടെയും മരണത്തോടെ കുടുംബം ഏറെ പ്രതിസന്ധിയിലായി. കുടുംബത്തിലെ മറ്റുള്ളവരുടെ സഹായത്താൽ സഹോദരിമാരുടെ വിവാഹം കഴിഞ്ഞെങ്കിലും ഏറെ താമസിയാതെ ആശ്രയമായ മുത്തശ്ശനും മരണത്തിനുകീഴടങ്ങി. അത് ജീവിതത്തിലെ മറ്റൊരാഘാതമായി.

അച്ഛനും അമ്മയും മരിച്ച ശേഷം അമ്മാവന്റേയും ചേച്ചിമാരുടെ ഭർത്താക്കൻമാരുടെയും സംരക്ഷണയിലായിരുന്നു കൃഷ്ണപിള്ളയും അനുജനും. കൃഷ്ണപിള്ളയെ സംബന്ധിച്ചടത്തോളം ഇക്കാലം അത്ര സുഖകരവുമായിരുന്നില്ല. ചേച്ചിമാരുടെ സ്നേഹവും പരിഗണനയും തന്നെയാണ് ജീവിതത്തിൽ പിടിച്ചു നിൽക്കാൻ സഹായിച്ചത്. വിവാഹം കഴിഞ്ഞ് അധികം താമസിയാതെ മൂത്ത ചേച്ചി അമ്മുക്കുട്ടിയമ്മയും മരിച്ചു.

ഇളയ ചേച്ചി ഗൗരിയമ്മയുടെ ഭർത്താവ് ആലപ്പുഴയിലെ പക്കർ സേട്ടിന്റെ പാണ്ടികശാലയിൽ കണക്കെഴുത്തുകാരനായിരുന്നു. 1921-ൽ അദ്ദേഹത്തിന്റെ കൂടെ ആലപ്പുഴയിലേക്കെത്തി. അവിടെ ഒരു കയർ ഫാക്ടറിയിൽ ജോലിക്കാരനായി. ഒരു തവണ കമ്പനി മാറുകയും ചെയ്തു. ഏതാണ്ട് ആറ് മാസക്കാലത്തെ കയർ ഫാക്ടറി ജീവിതം പിൽക്കാല ട്രേഡ് യൂണിയൻ പ്രവർത്തനങ്ങൾക്ക് അദ്ദേഹത്തിന് ഏറെ സഹായകരമായി. ഏറെക്കഴിയുന്നതിനുമുമ്പുതന്നെ കൃഷ്ണപിള്ള തൊഴിലുപേക്ഷിച്ച് നാടുവിട്ടു.

തെക്കൻതിരുവിതാംകൂറിന്റെ വിവിധ ഭാഗങ്ങളിൽ മാസങ്ങളോളം അലഞ്ഞുതിരിഞ്ഞു. തിരുവിതാംകൂറിന്റെ കിഴക്കൻ ഭാഗങ്ങളിൽ താമസിച്ചിരുന്ന ഗോത്രവർഗ്ഗക്കാരായ മലയരയൻമാരുടെ കൂടെവരെ കഴിഞ്ഞതായി കരുതപ്പെടുന്നു.

1922-ൽ തിരിച്ച് നാട്ടിലെത്തുമ്പോഴേക്കും അമ്മാവൻ നാരായണ പിള്ള മരിച്ചിരുന്നു. തറവാട്ടുകാരണവർ സ്ഥാനം ഏറ്റെടുത്ത കൃഷ്ണപിള്ള സ്വന്തം നിലയിൽ അധ്വാനിച്ച് ജീവിക്കാൻ തീരുമാനമെടുത്തു. തറവാടുഭാഗിക്കാനുള്ള ശ്രമത്തിന് അക്കാലത്ത് അദ്ദേഹം എതിരു നിന്നു. സ്വന്തമായി ഒരു ചായക്കട തുടങ്ങിയെങ്കിലും വിജയിപ്പിക്കാൻ കഴിഞ്ഞില്ല. പിന്നീട് ഒരു ചായക്കടയിലും സൈക്കിൾഷാപ്പിലും ജീവനക്കാരനായി.

1922 ലെ ചൗരിചൗര സംഭവത്തെ തുടർന്ന് നിസഹകരണപ്രസ്ഥാനം നിർത്തിവെച്ച ഗാന്ധിജി സമരഭടൻമാരോട് ക്രിയാത്മക പ്രവർത്തനങ്ങളായ സ്വദേശി പ്രസ്ഥാനത്തിനും ഹിന്ദി പ്രചാരണത്തിനും അയിത്തോച്ചാടനത്തിനും മദ്യവർജ്ജന സമരത്തിലും ഏർപ്പെടാൻ അഹ്വാനം ചെയ്തു.

ഇതിൽ ആകൃഷ്ടനായി ഹിന്ദിഭാഷാ പഠനത്തിനുള്ള പ്രവർത്തനങ്ങളിലാണ് കൃഷ്ണപിള്ള ഏർപ്പെട്ടത്. നാലാം ക്ലാസിൽ മുടങ്ങിപ്പോയ വിദ്യാഭ്യാസം അദ്ദേഹം തുടരുന്നത് തൊഴിലിനൊപ്പം ഹിന്ദി പഠനം നടത്തിക്കൊണ്ടാണ്.

●

കൃഷ്ണപിള്ളയെ മാറ്റിമറിച്ചവൈക്കം സത്യാഗ്രഹം

വട്ടികളും പൂച്ചയും വഴി നടക്കാം പക്ഷേ അവർണനായ മനുഷ്യന് വഴിനടക്കാൻ അധികാരമില്ലാതിരുന്ന വൈക്കം ക്ഷേത്ര നടയിലേക്ക് അവർണനെ പ്രവേശിപ്പിക്കുന്നതിനു വേണ്ടിയാണ് ഐതിഹാസികമായ വൈക്കം സത്യാഗ്രഹം നടക്കുന്നത്. അയി ത്തോച്ചാടന പ്രവർത്തനമെന്നത് കോൺഗ്രസിന്റെ അടിസ്ഥാന മുദ്രാവാക്യമായി മാറുന്നത് നിസ്സഹകരണ പ്രസ്ഥാനം നിർത്തിവെച്ച കാലഘട്ടത്തിലാണ്. 1923 കാക്കിനാഡ സമ്മേളനത്തിൽ അയി ത്തോച്ചാടനത്തിനുവേണ്ടിയുള്ള ദേശവ്യാപക സമരം അനിവാര്യമാ ണെന്ന പ്രമേയം പാസാക്കപ്പെട്ടു. 1924 -ൽ മാർച്ചിൽ എറണാകുളത്ത് ചേർന്ന കെ.പി.സി.സി യോഗം അയിത്തോച്ചാടന സമരങ്ങൾക്ക് നേതൃത്വം കൊടുക്കാൻ തീരുമാനിച്ചതിന്റെ അടിസ്ഥാനത്തിൽ 1924 ഏപ്രിൽ 1 ന് സത്യാഗ്രഹം ആരംഭിച്ചു.

ടി.കെ. മാധവൻ, കെ. കേളപ്പൻ, കെ.പി. കേശവമേനോൻ, എ.കെ. പിള്ള, കണ്ണന്തോടത്ത് വേലായുധ മേനോൻ, കുറൂർ നീല കണ്ഠൻ നമ്പൂതിരിപ്പാട്, ടി.ആർ കൃഷ്ണസ്വാമി അയ്യർ തുടങ്ങിയ നേതാക്കളാണ് പ്രക്ഷോഭ പ്രചരണ പ്രവർത്തനങ്ങൾക്ക് നേതൃത്വം നൽകിയത്.

സത്യാഗ്രഹം ദേശീയ ശ്രദ്ധപിടിച്ചു പറ്റുകയും സമൂഹത്തിന്റെ വിവിധ മേഖലകളിലുള്ളവരുടെ പിന്തുണ ആർജിക്കുകയും ചെയ്തു. മഹാത്മാഗാന്ധി, ശ്രീനാരായണഗുരു, സ്വാമി ശ്രദ്ധാനന്ദൻ, സേലം വിജയരാഘവാചാര്യർ തുടങ്ങി സമൂഹത്തിന്റെ നാനാതുറകളിലു ള്ളവർ സമരത്തിന് ധാർമിക പിന്തുണയേകി.

ഭരണകൂടവും യാഥാസ്ഥിതികരും സമരത്തെ ശക്തിയായി എതിർത്തു. അറസ്റ്റും ക്രൂരമർദ്ദനവും പരിഹാസവുമായി അവർ സമരത്തെ നേരിട്ടു. എല്ലാതരം ശിക്ഷാനടപടികളെയും എതിരിട്ടു കൊണ്ട് സമരം ശക്തിയാർജിച്ചു.

1924 നവംബർ 1ന് മന്നത്ത് പത്മനാഭന്റെ നേതൃത്വത്തിൽ വൈക്കത്തു നിന്നാരംഭിച്ച സവർണ ജാഥ 12-ാം തിയ്യതി തിരുവനന്തപുരത്തെത്തി. 25000 പേർ ഒപ്പിട്ട നിവേദനം മഹാറാണിക്ക് സമർപ്പിച്ചു.

സത്യാഗ്രഹം അനിശ്ചിതമായി നീണ്ടു പോകുന്നത് പ്രതിസന്ധികൾ സൃഷ്ടിച്ചെങ്കിലും കേരളത്തിന്റെ എല്ലാ മേഖലകളിൽ നിന്നും ആളുകളെ അണിനിരത്തി സമരം മുന്നോട്ടു പോയി. സത്യാഗ്രഹം ഏതാണ്ട് ഒരുവർഷം പൂർത്തിയാകാനിരിക്കുന്ന സമയത്ത് 1925 മാർച്ച് 9 ന് മഹാത്മാഗാന്ധി വൈക്കം സന്ദർശിക്കുകയും അദ്ദേഹമുണ്ടാക്കിയ ഒത്തു തീർപ്പിന്റെ ഭാഗമായി വൈക്കം ക്ഷേത്രനട എല്ലാ ഹിന്ദുക്കൾക്കായി തുറന്നു കൊടുക്കുകയും ചെയ്തു. ഒരു പ്രക്ഷോഭകാരിയായും സംഘാടകനുമായി കൃഷ്ണപിള്ളയെ മാറ്റിത്തീർക്കുന്നത് യൗവ്വനകാലത്ത് കണ്ട വൈക്കം സത്യാഗ്രഹത്തിന്റെ അനുഭവങ്ങൾ തന്നെയാണ്.

വൈക്കം സത്യാഗ്രഹം (1948-ൽ കൃഷ്ണപിള്ള എഴുതിയ ലേഖനം)

മലയാള വർഷം 99-ാം മാണ്ട് (1924)ലുണ്ടായ വലിയ വെള്ളപ്പൊക്കസമയത്ത്, വൈക്കം ക്ഷേത്രത്തിന്റെ നടകളിൽ നനഞ്ഞൊലിച്ചുകൊണ്ട് വെള്ളത്തിൽ നിന്നിരുന്ന സത്യാഗ്രഹികൾ, തങ്ങളുടെ എതിരാളികളുടെ ഹൃദയത്തിൽപോലും അനുഭാവമുളവാക്കി, എന്തുമാത്രം വിഷമം സഹിച്ചിട്ടും പിന്മാറാതെ നിൽക്കുന്ന ഈ സത്യഗ്രഹികളുടെ ത്യാഗസന്നദ്ധതയാണ്, സത്യാഗ്രഹം തുടങ്ങുന്ന കാലത്ത് ഉണ്ടായിരുന്ന എതിർപ്പ് കുറഞ്ഞു കുറഞ്ഞു വന്ന കാരണങ്ങളിൽ പ്രധാനമായ ഒന്ന്. ഗവൺമെന്റു തന്നെ പൊതുജനാഭിപ്രയത്തിനു വഴങ്ങാൻ നിർബന്ധിതമായി. ആദ്യം പടിഞ്ഞാറെ നടയിൽ റോഡിന്റെ കുറെ മുന്നോട്ടു കടക്കാനനുവദിക്കേണ്ടിവന്നുവെന്നതാണ് മറ്റൊന്ന്. ആ കാലത്ത് എനിക്ക് പതിനാലോ പതിനഞ്ചോ വയസേ ആയിരുന്നുള്ളൂ. ആ ദേശവാസിയായ ഒരു ദൃക്സാക്ഷിമാത്രമായിരുന്നു ഞാനന്ന്. എന്റെ അന്നത്തെ ഓർമകളും ഇന്നത്തെ അഭിപ്രായങ്ങളും അടങ്ങിയതാണ് ഈ ലേഖനം.

മറക്കാൻ വയ്യാത്ത സന്നദ്ധഭടന്മാർ

ഈ സത്യാഗ്രഹസമരത്തിൽ പങ്കെടുക്കാൻ വേണ്ടി ആദ്യം വന്ന കൂട്ടത്തിലെ ഒരു വളണ്ടിയറാണ് മുത്തുസ്വാമി. മലയാളമറിയാത്ത ഈ വളണ്ടിയർ ചെണ്ടയുമായി പൊതുയോഗത്തെപ്പറ്റിയും മറ്റു സത്യാഗ്രഹ അറിയിപ്പുകളെക്കുറിച്ചും നാട്ടുകാർക്കും വിവരിച്ചു കൊടുക്കാൻ നടക്കും. യഥാസ്ഥിതികൻമാരിൽ നിന്നു കടുത്ത

മർദനങ്ങളേൽക്കേണ്ടിവന്നിട്ടും വീണ്ടും വീണ്ടും തന്റെ പ്രവൃത്തി തുടർന്നുകൊണ്ടിരുന്ന ആ വളണ്ടിയർ നാട്ടുകാരുടെ അനുകമ്പയും ബഹുമാനവും നേടിയ ഒരാളാണ്. അടികിട്ടുകയെന്നത് അദ്ദേഹത്തിനു സാധാരണമാണ്; എന്നും തന്റെ ചെണ്ട ഏതെങ്കിലും ദ്രോഹികൾ കുത്തിപ്പൊളിക്കും; ചീത്തപറയലിനും കണക്കൊന്നുമില്ല. ഈ സത്യാഗ്രഹ സമരത്തിലെ പ്രധാന സംഭവങ്ങളിൽ എപ്പോഴും എന്റെ ഹൃദയത്തിൽ മാറാതെ നിൽക്കുന്ന ഒരു രംഗമാണ്. ശ്രീമാൻ നാരായണനെളയതിന്റെ കണ്ണിൽ ചുണ്ണാമ്പെഴുതിയത്. സംഭവം കേട്ടറിഞ്ഞ് ഞാൻ പടിഞ്ഞോറേ നടയിലേക്കോടിച്ചെന്നപ്പോൾ ആ വളണ്ടിയറുടെ രണ്ടു കണ്ണുകളും തനിരക്തമയമായിക്കഴിഞ്ഞിരുന്നു.

നിരാഹാരവ്രതം

മലബാറിൽനിന്നും വന്ന ഒരു ചെറുപ്പക്കാരൻ സത്യാഗ്രഹി ഉണ്ണാതെ കിടക്കുന്നുവെന്ന് കേട്ടു ഞാൻ കാണാൻ പോയി. ഞാൻ ചെന്നത്. ഒരു വൈകുന്നേരമാണെന്നാണ് എന്റെ ഓർമ. മറ്റു ചിലരും ആ സത്യാഗ്രഹിയുടെ അടുത്തിരിക്കുന്നുണ്ടായിരുന്നു. അവരും ആഹാരം കഴിച്ചിട്ടില്ലെന്നാണറിഞ്ഞത്. പിന്നീട് കോൺഗ്രസ് പ്രവർത്തകനെന്ന നിലയിലും മറ്റും പരിചയപ്പെടാനിടവന്ന ശ്രീ. ടി.വി. ചാത്തുക്കുട്ടിനായരായിരുന്നു ആദ്യം 'ഉണ്ണാതെ കിടന്ന' ആ സത്യാഗ്രഹി. അദ്ദേഹം ഒരു ബി.എ പാസ്സായ ആളാണെന്നതായിരുന്നു അന്ന് നാട്ടുകാരുടെ ശ്രദ്ധയെ ആകർഷിച്ച ഒരു സംഗതി. ആ നാട്ടിൽ നിന്ന് അന്ന് അത്തരം ഉയർന്ന വിദ്യാഭ്യാസം സിദ്ധിച്ച ഒരാളില്ലെന്നു പറഞ്ഞാൽ നാടിന്റെ ഗ്രാമീണ സ്വഭാവം വ്യക്തമാകുമല്ലോ.

ചരിത്രം മാറ്റിയെഴുതുന്നു

സത്യാഗ്രഹം നേതാക്കളായിരുന്ന ബാരിസ്റ്റർ കേശവമേനോൻ കെ. കേളപ്പൻ ബി.എ; ടി.കെ.. മാധവൻ ബി.എ.ബി.എൽ; ടി.ആർ കൃഷ്ണസ്വാമി അയ്യർ എം.എ. ബി.എൽ- ഇവരെ അനുകൂലിച്ച് പ്രസംഗിക്കാൻവരുന്ന ജോർജ് ജോസഫ് ബാർ-അറ്റ്-ലാ മുതലായവരുടെയും മറ്റും മലയാളത്തിലും തമിഴിലും ഇംഗ്ലീഷിലുമുള്ള പ്രസംഗങ്ങൾ; നാടിന്റെ നാനാഭാഗത്തുനിന്നും വരുന്നനിരവധി സന്ദർശകൻമാർ, (പ്രത്യേകിച്ചും, പറയുന്ന വിലകൊടുത്ത് ചന്തയിലുള്ള പച്ചക്കറി സാധനങ്ങളെല്ലാം വാങ്ങി സത്യാഗ്രഹ ക്യാമ്പിൽ കൊണ്ടുവന്നിടുകയും ധാരാളം പണം കൊടുക്കുകയും ചെയ്ത സിക്കുകാർ); നൂൽ നൂൽപ്പ്, പാട്ടുപാടിക്കൊണ്ടുള്ള ഘോഷയാത്രകൾ; വമ്പിച്ച പൊതുയോഗങ്ങൾ - ഇതെല്ലാം ഈ ചെറിയ നാടിനെ കുറെക്കാലത്തേക്കുവലിയൊരു രാഷ്ട്രീയ പ്രവർത്തനകേന്ദ്രമാക്കി മാറ്റി. മഹാത്മജി തന്നെ വൈക്കം സന്ദർശിക്കുകയും പ്രസംഗിക്കുകയുമുണ്ടായി. വൈക്കത്തഷ്ടമി

ദിവസം കൂടുന്ന ജനക്കൂട്ടം പോലെയുള്ള ഒരു മഹാസദസ്സായിരുന്നു അന്ന്.

ഇതിന്റെയെല്ലാം ഉള്ളിലുള്ള ആന്തരാർത്ഥം; തീണ്ടൽ പോകണം; പട്ടിയും പൂച്ചയും നടക്കുന്ന റോഡിൽക്കൂടി എല്ലാ മനുഷ്യർക്കും നടക്കാൻ സ്വാതന്ത്ര്യം വേണം-ഇതിൽ കവിഞ്ഞ് എനിക്കൊന്നും അന്നു മനസിലായില്ല. ഇതു ന്യായമായ സംഗതിയാണെന്നും എനിക്കു തോ ന്നിയിരുന്നു. വളരെ നീണ്ടുനിന്ന ഈ സത്യാഗ്രഹം അവസാനം അതിന്റെ ലക്ഷ്യപ്രാപ്തിയിലെത്തി. അമ്പലത്തിനു ചുറ്റുപാടുള്ള റോഡുകൾ എല്ലാ ജാതിക്കാർക്കും തുറന്നുകൊടുക്കാൻ ഗവൺമെന്റ് നിർബന്ധിതമായി.

അതിൽനിന്നുള്ള പാഠങ്ങൾ

ജന്മിത്തത്തിനും നാടുവാഴിമേധാവിത്വത്തിനുമെതിരായ ആ സമരത്തിൽ, കൃഷിക്കാരെയും അതുപോലെ നാടുവാഴി ദുഷ്പ്രഭുത്വത്തിന്നെതിരായ എല്ലാ ശക്തികളെയും ആകെ ഇളക്കി യോജിപ്പിച്ചു പ്രവർത്തനരംഗത്തിലിറക്കാനുള്ള പരിപാടി ഇല്ലാതിരുന്നത് കൊണ്ട് സത്യാഗ്രഹം നരകിച്ച് നരകിച്ച് നീണ്ടുപോയി എന്നുമാത്രമല്ല, അവസാനം തന്റെ സ്വന്തം സൻമനസുകൊണ്ടാണ് സത്യാഗ്രഹികളുടെ ആവശ്യം സാധിച്ചതെന്ന നിലക്ക് ഖ്യാതിയടിക്കാൻ മഹാറാണിക്ക് അവസരമുണ്ടാകുകകൂടി ചെയ്തു. എന്നു തന്നെയല്ല ആ സമരം, ഇന്നു പാലിയം സത്യഗ്രഹം നടത്തുന്നതുപോലെ നാട്ടുകാരുടെയൊക്കെ പ്രജായത്തബോധത്തെ തട്ടിയുണർത്തി നടത്തിയിരുന്നുവെങ്കിൽ ഇന്ന് വൈക്കം താലൂക്കും അതിന്റെ ചുറ്റുപാടുമുള്ള കർഷകരും തിരുവിതാംകൂറിലെ ജനകീയപ്രസ്ഥാനത്തിന്റെ കോട്ടകളാകുമായിരുന്നു. അതുണ്ടായില്ല.

വൈക്കം ഉയർത്തെഴുന്നേൽക്കുന്നു

അതു കഴിഞ്ഞിട്ട് രണ്ട് ദശാബ്ദങ്ങളിലധികമായി. ഇന്ന് വൈക്കം ഉയർത്തെഴുന്നേൽക്കുന്നുണ്ട്. വൈക്കത്തെ കൃഷിക്കാർ, യുവാക്കൻമാർ എന്നിവരെല്ലാം ജന്മിത്തത്തിനും മുതലാളിത്തത്തിനും നാടുവാഴിമേധാവിത്വത്തിനുമെതിരായി ചുവപ്പുകൊടിയുടെയും കമ്യൂണിസ്റ്റു പാർടിയുടെയും നേതൃത്വത്തിൽ, സഞ്ചാരസ്വാതന്ത്ര്യത്തിനുമാത്രമല്ല ജന്മിമാരുടെ പത്തായം തുറപ്പിച്ചു നാട്ടുകാർക്ക് സമമായ റേഷൻ കിട്ടാനും ജന്മി -നാടുവാഴിമേധാവിത്വമവസാനിപ്പിക്കാനുമുള്ള തിരുവിതാംകൂർ ജനതയുടെ ഏകീകൃതസമരത്തിന്റെ പിന്നിൽ അണിനിരന്നിട്ടുണ്ട്. വൈക്കം സത്യാഗ്രഹത്തിന്റെ പാരമ്പര്യം ഈ സഖാക്കൾ മുന്നോട്ടു കൊണ്ടുപോകുമെന്ന് നമുക്കാശിക്കാം.

ദേശീയ പ്രസ്ഥാനത്തിലെ ഉജ്ജ്വലമായ അധ്യായം

ഈ സമരത്തിന് എന്തെല്ലാം കുറവുകളുണ്ടായാലും മലബാർ ലഹളക്കു ശേഷം കേരളത്തിൽ ആദ്യമായി സംഘടിതരൂപത്തിൽ നടത്തിയ ഒരു ദേശീയ സമര പരിപാടി എന്ന നിലയിലും കേരളത്തിലെ എല്ലാ ഭാഗങ്ങളിൽ നിന്നും വളണ്ടിയർമാരും നേതാക്കന്മാരും പങ്കെടുത്ത ഒരു പ്രസ്ഥാനമെന്ന നിലയിലും തിരുവിതാംകൂറിലെ ദുഷിച്ചതും ഏതു മർദന സംവിധാനങ്ങളും കൈകൊള്ളാൻ മടിയില്ലാത്ത രാജാധിപത്യത്തിന്നെതിരായ പ്രക്ഷോഭമമെന്ന നിലയിലും ഈ സമരം നമ്മുടെ ദേശീയപ്രസ്ഥാന ചരിത്രത്തിലെ ഒരു ഉജ്ജ്വലമായ അധ്യായമാണ്.

●

ഹിന്ദി ഒരു സമരായുധം

ദാരിദ്ര്യം ഒരു യുവാവിന്റെ ജീവിതത്തെ ഏതെല്ലാം തരത്തിൽ ബാധിക്കുമോ ആ തരത്തിലെല്ലാം കൃഷ്ണപിള്ളയെയും ബാധിച്ചു. എടുക്കുന്ന തൊഴിലുകളിലൊന്നും ഉറച്ചു നിൽക്കാനോ മെച്ചമായ ഒരു ജീവിത സാഹചര്യം സൃഷ്ടിക്കാനോ അയാൾക്ക് കഴിഞ്ഞില്ല. അക്കാലത്ത് ഒരു നാടക ട്രൂപ്പിൽ ചേർന്ന് ചില നാടക ങ്ങളിൽ അഭിനയിക്കുകയും കലാസാംസ്കാരിക പ്രവർത്തനങ്ങളിൽ ഏർപ്പെടുകയും ചെയ്തു.

1927 ൽ പറൂർ തറവാട് ഭാഗം വെച്ചു. വീടും ഒന്നരയേക്കർ പുരയിടവും ഭാഗിച്ചതിൽ ഒരു ചെറിയ ഓഹരി മാത്രമാണ് തറവാട്ടുകാരണവർ എന്ന നിലയിൽ അദ്ദേഹത്തിന് ലഭിച്ചത്. സ്ഥലത്തെ ഒരു മുതലാളിക്ക് അത് തീറെഴുതി വെച്ചാണ് അദ്ദേഹം നാടുവിട്ടത്. ഉത്തർപ്രദേശിലെ അലഹബാദ് നഗരത്തിലേക്കാണ് കൃഷ്ണപിള്ള കള്ളവണ്ടി കയറിയെത്തുന്നത്. അലഹബാദ് അക്കാലത്തെ സ്വാതന്ത്ര്യ സമര പ്രവർത്തനങ്ങളുടെ തലസ്ഥാനമായിരുന്നു. ഉത്തരേന്ത്യയിലാകെ സ്വാതന്ത്ര്യ സമരത്തിന്റെ അരങ്ങുണരുന്ന കാലഘട്ടമായിരുന്നു.

ദേശീയ സ്വാതന്ത്ര്യ സമരത്തിന്റെ ഭാഗമായി ആരംഭിച്ച അലഹബാദ് സാഹിത്യ സമ്മേളനത്തിൽ സാഹിത്യവിശാരദ് കോഴ്സിന് കൃഷ്ണപിള്ള ചേർന്നു. സർവ്വകലാശാലാ ബിരുദത്തിന് തത്തുല്യമായ സാഹിത്യവിശാരദ് നല്ലനിലയിൽ പാസായ അദ്ദേഹം ഇംഗ്ലീഷിലും സാമാന്യം പരിജ്ഞാനം സമ്പാദിച്ചു. തറവാട് തീറെഴുതിയതിന് ലഭിച്ച പ്രതിഫലം അദ്ദേഹം ഈ പഠനത്തിനാണ് ഉപയോഗിച്ചത്.

വിദ്യാഭ്യാസകാലത്ത് ഉത്തരേന്ത്യയിൽ രൂപപ്പെട്ട സ്വാതന്ത്ര്യ സമര പ്രസ്ഥാനങ്ങളുടെ ചലനങ്ങളെ മനസ്സിലാക്കാൻ കൃഷ്ണപിള്ളയ്ക്ക് കഴിഞ്ഞു. സൈമൺ കമ്മീഷനെതിരായി അലയടിച്ച പ്രക്ഷോഭവും അതിനെതിരെ ഭരണകൂടം നടത്തിയ ഭീകരമായ മർദ്ദനങ്ങളുമെല്ലാം അദ്ദേഹത്തിന്റെ മനസ്സിൽ പ്രതിഷേധാഗ്നി ജ്വലിപ്പിച്ചു.

ഹിന്ദിപഠനം പൂർത്തീകരിച്ച അദ്ദേഹം ദക്ഷിണഭാരത ഹിന്ദി പ്രചാര സഭയുടെ മദ്രാസ് കേന്ദ്രത്തിലെത്തി സഭയുടെ സ്ഥാപകനായ ഹരിഹർ പ്രസാദിനെ സന്ദർശിച്ചു. കൃഷ്ണപിള്ളയുടെ ആത്മാർത്ഥത തയെയും ശേഷിയേയും മനസിലാക്കിയ ഹരിഹർപ്രസാദ് അദ്ദേഹത്തെ മുഴുവൻ സമയ ഹിന്ദി പ്രചാരകനായി കേരളത്തിലേക്ക് നിയോഗിച്ചു.

1929 ൽ ഹിന്ദിപ്രചാരകനായി മാസം 35 രൂപ ശമ്പളസ്കെയിലിൽ എറണാകുളത്ത് നിയമിതനാകുന്ന സമയത്ത് കൃഷ്ണപിള്ള ഹിന്ദിയിൽ നല്ലവാഗ്മിയും എഴുത്തുകാരനുമായിരുന്നു. എറണാകുളത്തെ ദേശബന്ധു ലോഡ്ജിൽ താമസിച്ച് ഹിന്ദിപ്രചാരണപ്രവർത്തനങ്ങളിൽ മുഴുകി. ഇക്കാലത്ത് അദ്ദേഹത്തിന് ഇന്ത്യയാകെ അലയടിച്ചുയരുന്ന സമരത്തിരമാലകളെ അവഗണിക്കാൻ കഴിയുമായിരുന്നില്ല. വൈക്കം, ഗുരുവായൂർ സത്യാഗ്രഹങ്ങളുടെ അനുഭവവും അലഹബാദിലെ പഠനകാലത്തെ അറിവുകളുമെല്ലാം സുരക്ഷിതമായ ഹിന്ദിപ്രചാരകന്റെ ജോലിയിൽ തുടരാൻ അദ്ദേഹത്തെ അനുവദിച്ചില്ല.

●

ഉപ്പ് സത്യാഗ്രഹം

'ഒന്നുകിൽ ഞാൻ എനിക്കുവേണ്ടത് വാങ്ങിക്കൊണ്ടുവരും. അല്ലെങ്കിൽ എന്റെ മൃതശരീരം സമുദ്രത്തിൽ പൊങ്ങിക്കിടക്കുന്നത് കാണാം'- മഹാത്മാഗാന്ധി 1930 ഫെബ്രു : 14,15,16 തിയതികളിൽ സബർമതി ആശ്രമത്തിൽ ചേർന്ന AICC യോഗം ഗാന്ധിജിയെ നിയമലംഘന പ്രസ്ഥാനത്തിന്റെ മുഴുവൻ ചുമതലയും ഏൽപ്പിച്ചു. മാർച്ച് 2ന് തന്നെ പതിനൊന്നാവശ്യങ്ങളടങ്ങിയ നിവേദനം വൈസ്രോയിക്കയച്ചു. മാർച്ച് 11നുള്ളിൽ മറുപടി കിട്ടിയില്ലെങ്കിൽ 12ന് പ്രത്യക്ഷസമരം ആരംഭിക്കുമെന്ന് ഗാന്ധിജി മുന്നറിയിപ്പ് നൽകി. മറുപടി ലഭിക്കാത്ത സാഹചര്യത്തിൽ ആശ്രമവാസികളായ നാല് മലയാളികൾ ഉൾപ്പെടെയുള്ള 78 അനുചരന്മാരുമായി സബർമതി ആശ്രമത്തിൽ നിന്നും 241 നാഴിക അകലെയുള്ള ദണ്ഡികടപ്പുറത്തേക്ക് യാത്രയാരംഭിച്ചു.

കാൽനടയായി 24 ദിവസം പിന്നിട്ട് ഏപ്രിൽ 5ന് ദണ്ഡി കടപ്പുറത്തെത്തി പിറ്റേദിവസം മുതൽ ഉപ്പു നിയമംലംഘിച്ചു. ഇത് കണ്ണീരിന്റെയും ചോരയുടെയും വിയർപ്പിന്റെയും ഉപ്പ് വീണ് നനഞ്ഞ ഇന്ത്യയിലെ ഏറ്റവും ശക്തമായ സാമ്രാജ്യവിരുദ്ധപോരാട്ടത്തിന്റെ മറ്റൊരധ്യായമായി മാറി.

1930 മാർച്ച് 9ന് വടകര കേരള കേസരി പത്രത്തിന്റെ ഓഫീസിൽ ചേർന്ന കെ.പി.സി.സി. യോഗമാണ് പയ്യന്നൂരിൽ ഉപ്പുസത്യാഗ്രഹം നടത്താൻ തീരുമാനിക്കുന്നത്. മലബാർ ലഹളക്കാലത്തുണ്ടായ സാമുദായിക സ്പർദ്ധ ആവർത്തിക്കാതിരിക്കാനുള്ള സജീവശ്രദ്ധ ഈ സമരത്തിനുണ്ടാകണമെന്ന് തീരുമാനിക്കപ്പെട്ടു. സത്യാഗ്രഹത്തിന്റെ പ്രാഥമിക പ്രവർത്തനങ്ങൾക്കും വളണ്ടിയർമാരെ തെരഞ്ഞെടുക്കുന്നതിനുമായി കെ. കേളപ്പൻ അദ്ധ്യക്ഷനായ കമ്മിറ്റിയെ തെരഞ്ഞെടുത്തു. നാട്ടു രാജ്യങ്ങളിൽ നിയമം ലംഘിക്കേണ്ടതില്ലെന്നതിനാൽ തിരുവിതാംകൂറിലും കൊച്ചിയിലുമുള്ള സമരക്കാർ മലബാറിലേക്കോ, മറ്റ് സമര കേന്ദ്രങ്ങളിലേക്കോ പോകണമെന്ന്

തീരുമാനിച്ചു. മാതൃഭൂമിപത്രത്തിൽ സമരത്തിന് തയ്യാറായവരുടെ പേരുകൾ കെ.പി.സി.സി.യെ അറിയിക്കണമെന്ന് കെ. കേളപ്പൻ പരസ്യം ചെയ്തു. തിരുവിതാംകൂറിൽ നിന്നും ഏപ്രിൽ 30ന് പുറപ്പെടുന്ന ജാഥയിൽ വളണ്ടിയർമാരാകാൻ താൽപര്യമുള്ളവർ തൈക്കാട് കോൺഗ്രസ് ഓഫീസിൽ അപേക്ഷ നൽകണമെന്ന അറിയിപ്പും തിരുവിതാംകൂർ മേഖലയിൽ വന്നു.

ദേശീയ സ്വാതന്ത്ര്യ സമരത്തിൽ ആകൃഷ്ടനായ കൃഷ്ണപിള്ള തിരുവിതാംകൂറിലേക്കും കോഴിക്കോട്ടേക്കും ഉപ്പു സത്യാഗ്രഹവളണ്ടിയർ ആകാൻ തയ്യാറായി അപേക്ഷ അയച്ചു. എന്നാൽ ഏപ്രിൽ 30 വരെ കാത്തു നിൽക്കാൻ താൽപര്യമില്ലാത്തതിനാൽ ഹിന്ദിപ്രചാരകന്റെ ജോലി ഉപേക്ഷിച്ച് നേരെ കോഴിക്കോട്ടെക്കെത്തി.

ഏപ്രിൽ 10ന് കോഴിക്കോട് ചാലപ്പുറത്തെ വെർക്കാട്ട് വീട്ടിൽ വെച്ചാണ് വളണ്ടിയർമാരെ തെരഞ്ഞെടുത്തത്. 33 വളണ്ടിയർമാരെ തെരഞ്ഞെടുത്തതിൽ മുഴുവൻ യുവാക്കളായിരുന്നു. 24 വയസുകാരനായ ദൃഢഗാത്രനായ പി. കൃഷ്ണപിള്ളയും വളണ്ടിയറായി തെരഞ്ഞെടുക്കപ്പെട്ടു. തുടർന്ന് 5 ദിവസം വളണ്ടിയർമാർക്കുള്ള പരിശീലനം നടന്നു.

കെ. കേളപ്പന്റെ നേതൃത്വത്തിലുള്ള ജാഥയുടെ ജനറൽ ക്യാപ്റ്റനായി കെ.ടി. കുഞ്ഞിരാമൻ നമ്പ്യാരെ തെരഞ്ഞെടുത്തു. സമരവളണ്ടിയർമാരെ 3 ബാച്ചുകളായി തിരിച്ചു. പി. കൃഷ്ണപിള്ള, എ.എൻ. പിഷാരടി, പി. കേശവൻ എന്നിവരെ ഓരോ ബാച്ചിന്റെയും ക്യാപ്റ്റൻമാരായി നിശ്ചയിച്ചു.

1930 ഏപ്രിൽ 13ന് ചാലപ്പുറത്തെ വളണ്ടിയർ ക്യാമ്പായ വെർക്കോട്ട് വീട്ടിൽ നിന്നും 33 പേരടങ്ങുന്ന ജാഥപ്രയാണമാരംഭിച്ചു. കെ.പി.സി.സി സെക്രട്ടറി കെ. മാധവൻനായരും ടി.കെ രാഘവക്കുറുപ്പും ജാഥാംഗങ്ങളെ മാലയണിയിച്ചു. നഗരത്തിലുടനീളം ഗംഭീരമായ സ്വീകരണങ്ങൾ ഏറ്റുവാങ്ങി. ബാലുശ്ശേരി, നടുവണ്ണൂർ, പേരാമ്പ്ര കുഞ്ഞാളി, പുറമേരി. ചോമ്പാല തുടങ്ങിയ സ്ഥലങ്ങളിലെ ആവേശകരമായ സ്വീകരണം ഏറ്റുവാങ്ങി ഫ്രഞ്ച് അധീന പ്രദേശമായ മാഹിയിലൂടെ കടന്ന് തലശ്ശേരി, കണ്ണൂർ, കല്ല്യാശ്ശേരി, പരിയാരം വഴി പയ്യന്നൂരിലേക്ക് തിരിച്ചു. 8 ദിവസത്തെ പദയാത്രയ്ക്കും പൊതുയോഗങ്ങൾക്കും ശേഷമാണ് ഏപ്രിൽ 21ന് ജാഥ പയ്യന്നൂരിലെത്തിയത്. സാമുവൽ ആരോണിന്റ ഉടമസ്ഥതയിലുള്ള ഉളിയത്ത് കടപ്പുറത്തെ തെങ്ങിൻ തോപ്പിലാണ് സത്യാഗ്രഹികൾ തമ്പടിച്ചത്.

ഏപ്രിൽ 19ന് ആർ.വി. ശർമ്മയുടെ നേതൃത്വത്തിൽ ഒലവക്കോട് ശബരി ആശ്രമത്തിൽ നിന്നാരംഭിച്ച് കാൽനടയായി ഷൊർണ്ണൂരിൽ എത്തിയ മറ്റൊരു ജാഥ തീവണ്ടിമാർഗ്ഗം പയ്യന്നൂരിലെത്തി. ഏപ്രിൽ 30ന് എൻ.സി.ശേഖർ, പൊന്നറ ശ്രീധർ, ജുബാരാമകൃഷ്ണപിള്ള എന്നിവരുടെ നേതൃത്വത്തിൽ തിരുവനന്തപുരത്തുനിന്നും വളണ്ടിയർമാർ റയിൽ മാർഗ്ഗം പയ്യന്നൂരിൽ എത്തിച്ചേർന്നു.

ഏപ്രിൽ 23ന് കാലത്ത് സത്യാഗ്രഹികൾ പ്രാർത്ഥനകഴിഞ്ഞ് അണിനിരന്നു. വിസിൽ മുഴങ്ങിയതോടെ ഓരോ കൈചാക്കും ചിരട്ടയുമായി കടപ്പുറത്തുപോയി ഉപ്പ് ചുരണ്ടിയെടുത്തു. ആയിരക്കണക്കായ ജനങ്ങൾ ഇവർക്കൊപ്പം കൂടി. സമരഗാനങ്ങളോടെ തിരിച്ചുവന്ന വളണ്ടിയർമാരുടെ കൈയിലെ നിയമവിരുദ്ധമായുണ്ടാക്കിയ ഉപ്പ് പിടിച്ചെടുക്കുവാൻ സ്റ്റേഷനറി മജിസ്ട്രേറ്റിന്റെ വാറണ്ടുമായി വന്ന പോലീസുകാർക്ക് ബല പ്രയോഗം നടത്താനുള്ള ശേഷിയുണ്ടായിരുന്നില്ല. ഇതിനുശേഷം ഒരു വലിയ പാത്രത്തിൽ ഉപ്പ് തെളിയിച്ച് കുറുക്കിക്കൊണ്ടിരുന്നത് പിടിച്ചെടുക്കാൻ പോലീസ് ശ്രമിച്ചു. സമരഭടന്മാർക്കുനേരെ ബലപ്രയോഗം നടന്നെങ്കിലും ഉപ്പുകുറുക്കുന്നതുവരെ പാത്രത്തിന് വലയം തീർത്ത് അവർ സംരക്ഷിച്ചു. കുറുക്കിയെടുത്ത ഉപ്പ് നിമിഷനേരം കൊണ്ട് ജനങ്ങൾക്ക് വിറ്റ് തീർത്തു. സാൾട്ട് ശിപായിമാരും പോലീസ് ഉദ്യോഗസ്ഥരും ഇളിഭ്യരായി തിരിച്ചു പോരേണ്ടിവന്നു. പയ്യന്നൂരിന് പുറത്തേക്കും സമരം വ്യാപിപ്പിക്കാൻ തീരുമാനിച്ചു. തൃക്കരിപ്പൂരിൽ കൃഷ്ണപിള്ളയും സംഘവും ഏപ്രിൽ 29ന് നിയമവിരുദ്ധമായി ഉപ്പുവിൽപന നടത്തി. പോലീസ് കൃഷ്ണപിള്ളയേയും കൂട്ടരെയും അറസ്റ്റ് ചെയ്ത് ചന്തേര പോലീസ് സ്റ്റേഷനിൽ ഹാജരാക്കി. ജാമ്യച്ചീട്ടിൽ ഒപ്പിടാൻ തയ്യാറാവാത്തതിനെ തുടർന്ന് വിട്ടയച്ചു.

മെയ് ഒന്നിന് ചെറുവത്തൂരിനടത്ത് പീലിക്കോട്ടും കൃഷ്ണപ്പിള്ളയെയും സംഘത്തെയും അറസ്റ്റു ചെയ്തു. ഒപ്പിടാൻ വിസമ്മതിച്ചപ്പോൾ വിട്ടയച്ചു. മെയ് 4ന് കാഞ്ഞങ്ങാട്ടും സമരം ആവർത്തിച്ചു. വളണ്ടിയർമാരെ സജ്ജരാക്കുന്നതിന് ഉജ്ജ്വലപ്രവർത്തനമാണ് കൃഷ്ണപിള്ളയുടെ നേതൃത്വത്തിൽ നടന്നത്.

സമാധാനപരമായി നടന്നുകൊണ്ടിരുന്ന ഉപ്പുസത്യാഗ്രഹം മെയ് 5ന് ഗാന്ധിജിയുടെ അറസ്റ്റോടുകൂടി കുറെക്കൂടി പ്രക്ഷുബ്ദമായി. പോലീസ് കിരാതമായ മർദ്ദനം അഴിച്ചുവിട്ടു. പയ്യന്നൂരിലും പരിസരത്തും മാത്രം ഒതുങ്ങിനിന്നാൽ സമരത്തിന് വിചാരിച്ച പ്രാധാന്യം കിട്ടില്ലെന്ന കെ.പി.സി.സി തീരുമാനത്തിന്റെ അടിസ്ഥാനത്തിൽ മെയ് 12ന് കോഴിക്കോട് കടപ്പുറത്ത് ഉപ്പുനിയമം ലംഘിക്കാൻ

തീരുമാനിച്ചു. പയ്യന്നൂരിൽ നിന്നും ആർ.വി ശർമ്മയുടെ നേതൃത്വത്തിൽ കോഴിക്കോട്ടേക്ക് ജാഥ പുറപ്പെട്ടു. ജാഥ കോഴിക്കോട്ടെത്തിച്ചേർന്നതിനു ശേഷം ജാഥാവളണ്ടിയർമാരെ തീരുമാനിക്കുകയും അവർക്കുള്ള പരിശീലനം നൽകുകയും ചെയ്തു. കൃഷ്ണപിള്ള അതിലെ ഒരു പ്രധാന വളണ്ടിയറായിരുന്നു.

ഉപ്പുനിയമം ലംഘിക്കുന്നതിനായി കാലത്ത് അൽഅമീൻ ലോഡ്ജിൽ നിന്നും 45 കർമ്മ ഭടൻമാർ പ്രയാണമാരംഭിച്ചു. മുന്നിൽ അകമ്പടിയായി ഇ.സി. കുഞ്ഞിക്കണ്ണൻ നമ്പ്യാരുടെ നേതൃത്വത്തിലുള്ള 30 ഓളം ചുവപ്പ് ഖദർ യൂണിഫോം ധരിച്ച വളണ്ടിയർമാർ മാർച്ചു ചെയ്തുനീങ്ങി. ഘോഷയാത്രയ്ക്കു മുൻപിലായി ദേശീയപതാക പിടിച്ചത് കൃഷ്ണപിള്ളയായിരുന്നു. കെ. കേളപ്പൻ, മുഹമ്മദ് അബ്ദുറഹ്മാൻ, മാധവനാർ, ആർ.വി ശർമ, കൃഷ്ണസ്വാമി അയ്യർ എന്നിവരായിരുന്നു നേതൃനിരയിൽ. അംശിനാരായണപിള്ളയുടെ മാർച്ചിംഗ് സോംഗും ജയാരവങ്ങളുമായി മാർച്ച് പാളയം വലിയങ്ങാടി വഴി ഖിലാഫത്ത് കടപ്പുറത്തേക്ക് നീങ്ങി. കടപ്പുറവും പരിസരവും പൊതുജനങ്ങളെയും കോൺഗ്രസ് പ്രവർത്തകരെയും കൊണ്ട് നിറഞ്ഞു. കോഴിക്കോട് ഉപ്പുനിയമം ലംഘിക്കാൻ പാടില്ല എന്ന കർശന നിർദ്ദേശം പോലീസിനുണ്ടായിരുന്നു. സൂപ്രണ്ട് ബർക്കിലിയുടെ നേതൃത്വത്തിൽ ആയുധധാരികളായ നൂറുകണക്കിന് പോലീസുകാർ നേരത്തെ തന്നെ കടപ്പുറത്ത് എന്തിനും സജ്ജരായി നിലയുറപ്പിച്ചു.

കാലത്ത് 5 മണിക്ക് ശേഷമാണ് ജാഥ കടപ്പുറത്തെത്തുന്നത്. അടുപ്പ്കൂട്ടി കടലിൽനിന്നും വെള്ളം കൊണ്ടുവന്ന് അടുപ്പത്ത് വെച്ചു. കൃത്യം ആറുമണിക്ക് അടുപ്പിൽ തീകൊളുത്തി. സൂപ്രണ്ട് ബർക്കിലി ഇത് നിയമ വിരുദ്ധമായ സംഘംചേരലാണെന്നും പിരിഞ്ഞുപോകണമെന്നും ആവശ്യപ്പെട്ടു. സമരനേതൃത്വത്തിൽ നിന്നും മുഹമ്മദ് അബ്ദുൾ റഹ്മാൻ സാഹിബ് ഞങ്ങൾ പിരിഞ്ഞുപോകില്ലെന്നും നിയമം ലംഘിക്കുന്നത് ഞങ്ങളുടെ കടമയാണെന്നും പ്രഖ്യാപിച്ചു. പോലീസുകാർ സമരഭടൻമാർക്ക് നേരെ അതിഭീകരമായ മർദ്ദനമഴിച്ചുവിട്ടു.

'ദേശീയ പതാക പിടിച്ചെടുക്കാനുള്ള ശ്രമത്തിനിടയിൽ വളണ്ടിയർമാരും പോലീസും തമ്മിൽ ശക്തമായ ബലപരീക്ഷണമാണ് നടന്നത്. ഈ പിടിവലിക്കിടയിൽ വടി ശർമ്മയും കൊടി കൃഷ്ണപിള്ളയും കൈക്കലാക്കി. പോലീസ് വളരെ പണിപ്പെട്ടു അത് കൈക്കലാക്കാൻ. എന്നാൽ അവർ അത് വിട്ടുകൊടുത്തില്ല. ശർമ്മയേയും കൃഷ്ണപിള്ളയെയും അറസ്റ്റ് ചെയ്തത് ദേശീയ പതാകയെ രക്ഷിക്കാനുള്ള ശ്രമത്തിനിടയിലാണ്.'

(മാതൃഭൂമി ചരിത്രം വി.ആർ മേനോൻ. Vol.1.)

കോഴിക്കോട് കടപ്പുറത്തേക്ക് വിദ്യാർത്ഥികളും സമരാനുകൂലികളും കൂടിക്കൊണ്ടിരുന്നു. പോലീസ് ജനങ്ങളെ വിരട്ടിയോടിക്കാൻ ശ്രമിച്ചുകൊണ്ടിരുന്നു. അവസാനം പി.കൃഷ്ണപിള്ള, മുഹമ്മദ് അബ്ദുറഹ്മാൻ, കെ കേളപ്പൻ, ആർ.വി. ശർമ്മ മാധവനാർ കൃഷ്ണസ്വാമി അയ്യർ എന്നിവരെ അറസ്റ്റ് ചെയ്ത് നേരെ കോടതിയിലേക്ക് കൊണ്ടുപോയി.

മർദ്ദനത്തിൽ പ്രതിഷേധിച്ച് കോഴിക്കോട്ടും പയ്യന്നൂരിലും പരിപൂർണ ഹർത്താൽ നടന്നു. മലബാറിലാകെ പ്രതിഷേധ പ്രകടനങ്ങളും നിയമ നിഷേധങ്ങളും അലയടിച്ചു. സമരസഖാക്കളുടെ ചെറുത്തുനിൽപ്പും സമരവും പൊരുതുന്ന ജനതയ്ക്കും അതിശക്തമായ അനുഭവമായി. സബ് ഡിവിഷണൽ ഓഫീസറുടെ മുമ്പാകെ ഹാജരാക്കിയ കെ. കേളപ്പൻ, ടി.ആർ കൃഷ്ണസ്വാമി അയ്യർ മുഹമ്മദ് അബ്ദുൾ റഹ്മാൻ, മാധവനാർ, ആർ. വി. ശർമ്മ, പി. കൃഷ്ണപിള്ള എന്നീ പ്രതികൾ വിചാരണയിൽ പങ്കെടുക്കാൻ വിസമ്മതിച്ചു.

ഐ.പി.സി 145-ാം വകുപ്പുപ്രകാരവും മദിരാശി ഉപ്പുനിയമവും 74 പ്രകാരം 9 മാസം കഠിന തടവിന് ശിക്ഷിച്ചുകൊണ്ട് ഉത്തരവ് വന്നു. ആദ്യം കോഴിക്കോട് സബ്ജയിലിലേക്കും പിറ്റേന്ന് കണ്ണൂർ സെൻട്രൽ ജയിലിലേക്കും കൊണ്ടുപോയി.

ഉപ്പുനിയമം ലംഘിച്ച് മലബാറിലുടനീളം സമരം സംഘടിപ്പിക്കുന്നതിലും ജനങ്ങളിൽ സമര സന്ദേശം എത്തിക്കുന്നതിലും കൃഷ്ണപിള്ള നടത്തിയ ത്യാഗോജ്ജ്വല പോരാട്ടം എക്കാലത്തും സ്മരിക്കപ്പെടും.

●

സജീവ കോൺഗ്രസ് പ്രവർത്തനത്തിലേയ്ക്ക്

1931 ഫെബ്രുവരി ആദ്യവാരത്തിൽ ശിക്ഷ പൂർത്തിയായി കൃഷ്ണപിള്ള ജയിൽ മോചിതനായി. ശാരീരിക അവശത മാറ്റിവെച്ച് വീണ്ടും സജീവ രാഷ്ട്രീയത്തിലേക്ക് ഇറങ്ങി. 1931 മാർച്ച് 5ന് ഗാന്ധി -ഇർവിൻ സന്ധി ഒപ്പുവെക്കപ്പെട്ടതോടെ നികുതിനിഷേധ സമരവും സിവിൽ നിയമലംഘനവും താൽക്കാലികമായി നിർത്തിവെക്കപ്പെട്ടു. നിയമവിരുദ്ധമാക്കപ്പെട്ട കോൺഗ്രസ് കമ്മിറ്റികൾ പുനരുജ്ജീവിക്കപ്പെട്ടു. ജയിൽ മോചിതരായ കോൺഗ്രസ് പ്രവർത്തകർ വിവിധ മേഖലകളിൽ സംഘടിച്ചു.

വിദേശ വസ്ത്ര ബഹിഷ്കരണ സമരവും മദ്യഷാപ്പ് പിക്കറ്റിംഗും ഉൾപ്പെടെയുള്ള സമരങ്ങൾ കൊച്ചിയിലും തിരുവിതാംകൂറിലും മലബാറിലും പടിപടിയായി വളർന്നുവന്നു.

"മടങ്ങിപ്പോവുകിൻ നിങ്ങൾ
മറുനാടൻ തുണിവാങ്ങാൻ
മടിശ്ശീലയഴിക്കാതെ
മാനം പോകാതെ
ഉടുവസ്ത്രമെന്നും പറഞ്ഞ
ടിമത്തം വിൽക്കപ്പെടും
കടയിതു വീണ്ടും നമ്മെ
കടക്കാരാക്കും"

മൊയാരത്ത് ശങ്കരന്റെ ഈ വരികൾ കോഴിക്കോട്ടെ വലിയങ്ങാടിയിലെ സിൽക്ക് സ്ട്രീറ്റിലും മറ്റും 1931ൽ അലയടിച്ച ഒരു സമരഗാനമായിരുന്നു. ഈയൊരു സർഗ്ഗാത്മക സമരത്തിന്റെ അണിയറയിലും അരങ്ങത്തും കൃഷ്ണപിള്ള നിറഞ്ഞുനിന്നു. അടിമത്തത്തിന്റെ പ്രതീകമായ വിദേശ വസ്ത്ര ബഹിഷ്കരണവും ഖാദി പ്രചരണത്തിനും സ്വദേശി ഉൽപ്പന്നങ്ങളുടെ പ്രചരണത്തിനുമായി വളണ്ടിയർമാരെ

സജ്ജരാക്കി അവരെ പ്രവർത്തനമണ്ഡലത്തിലേക്ക് കൊണ്ടുവരാൻ ശ്രമകരമായ ജോലിയാണ് കൃഷ്ണപിള്ള ഏറ്റെടുത്തത്.

കോഴിക്കോട്ടെ വലിയങ്ങാടിയിൽ എല്ലാ വ്യാപാരികളോടും വിദേശ വസ്തുങ്ങൾ വിൽപന നിർത്തിവെക്കാൻ കോൺഗ്രസ് ആവശ്യപ്പെട്ടു. വലിയങ്ങാടിയിലെ സിൽക്ക് സ്ട്രീറ്റിലെ ചിലകച്ചവടക്കാരുൾപ്പെടെ പലരും ഈ ആഹ്വാനത്തിന്റെ ഭാഗമായി വിദേശവസ്തുങ്ങൾ കച്ചവടം ചെയ്യേണ്ടെന്ന് തീരുമാനിച്ചു. എന്നാൽ ചില വ്യാപാരികൾ കോൺഗ്രസിന്റെ അഭ്യർത്ഥന ചെവിക്കൊണ്ടില്ല.

ഇത്തരം സ്ഥാപനങ്ങൾക്കുമുന്നിൽ കോൺഗ്രസിലെ മഹിളാ വളണ്ടിയർമാർ സമരമാരംഭിച്ചു. രണ്ടാഴ്ചയിലധികം പിക്കറ്റിംഗ് നടത്തിയെങ്കിലും കച്ചവടക്കാർ വാശിയോടെ സമരത്തെ എതിർത്തു. ഇതോടെ കൃഷ്ണപിള്ളയുടെ നേതൃത്വത്തിലുള്ള കോൺഗ്രസ് സംഘം സമരത്തിന്റെ ഉത്തരവാദിത്വം നേരിട്ടേറ്റെടുക്കുകയും മുതലാളിമാരുടെ ഭീഷണിയെയും അപവാദപ്രചരണങ്ങളെയും തകർത്തെറിഞ്ഞുകൊണ്ട് വിദേശ വസ്ത്ര വിൽപ്പന അവസാനിപ്പിക്കുന്നിടത്തേക്ക് കാര്യങ്ങൾ എത്തിക്കുകയും ചെയ്തു. തിരുവനന്തപുരത്തെ ചാലക്കമ്പോളത്തിൽ വിദേശവസ്ത്ര വ്യാപാരികളായ ബോംബെ ഏജൻസി, ബോംബെ ട്രേഡിംഗ് കമ്പനി, വേണുഅയ്യർ, ഹാജി അബ്ദുൾ കരീം കൈതമുക്ക് ഗോപാലപിള്ള എന്നിവരുടെ സ്ഥാപനങ്ങൾ കേന്ദ്രീകരിച്ചായിരുന്നു പ്രധാന സമരം.

1931 സെപ്തംബർ മാസത്തിൽ നടന്ന പ്രധാന സമരങ്ങളിൽ കോഴിക്കോട്ടുനിന്നും തിരുവനന്തപുരത്തെത്തി നേതൃപരമായ പങ്കുവഹിക്കാൻ കൃഷ്ണപിള്ള സമയം കണ്ടെത്തി. കാലത്ത് മുതൽ കടകൾക്കുമുമ്പിൽ പിക്കറ്റിംഗും വൈകുന്നേരം പുത്തരിക്കണ്ടത്തിൽ വിദേശ വസ്ത്രബഹിഷ്ക്കരണ പൊതുപരിപാടിയുമായി സമരം വികാസം പ്രാപിച്ചു. ജനങ്ങളിൽ വലിയ അവബോധം സൃഷ്ടിക്കുന്നതിനും കൈതമുക്ക് ഗോപാലപിള്ളയെപ്പോലെയുള്ള വ്യാപാരികളെക്കൊണ്ട് സ്വദേശി വസ്ത്രവിൽപ്പനശാലയാക്കി സ്ഥാപനത്തെ മാറ്റുന്നതിലേക്കും സമരത്തിന് കഴിഞ്ഞു. ജുബാ രാമകൃഷ്ണപിള്ള, എൻ.സി ശേഖർ തുടങ്ങിയ വിവിധ സമരങ്ങൾക്ക് നേതൃത്വം കൊടുത്തവർ ഇക്കാര്യങ്ങൾ വിശദമായി പ്രതിപാദിച്ചിട്ടുണ്ട്.

ചാലയിലെ പിക്കറ്റിംഗിനാവശ്യമായ സന്നദ്ധ ഭടൻമാരെ സംഘടിപ്പിക്കുന്നതിനും നായകത്വം വഹിക്കാനും വരുത്തിയിരുന്നത് കോഴിക്കോട്ട് പ്രവർത്തിച്ചിരുന്ന കൃഷ്ണപിള്ളയെയായിരുന്നു.

എൻ.സി. ശേഖർ'അഗ്നിവീഥികൾ'

കണ്ണൂരിൽ വെച്ച് രാഷ്ട്രീയ ക്ലാസുകൾ എടുത്തുകൊണ്ടിരുന്ന ആ ധീര നേതാവ് തന്നെ രാത്രികാലങ്ങളിൽ ഞങ്ങളുടെ ക്യാമ്പുകളിൽ ക്ലാസ് തരുന്നതിന് എത്തുകയും വെളുക്കുന്നതിന് മുമ്പ് സ്ഥലം വിടുകയും ചെയ്തു. അത് മറ്റാരുമായിരുന്നില്ല. സ.പി. കൃഷ്ണപിള്ളയായിരുന്നു.

ജുബാ രാമകൃഷ്ണപിള്ള 'എന്റെ ഓർമ്മക്കുറിപ്പുകൾ'

മദ്യഷാപ്പ് പിക്കറ്റിംഗ്

മലബാറിലാണ് ഗാന്ധിയൻ മുദ്രാവാക്യങ്ങളുയർത്തി മദ്യഷാപ്പ് പിക്കറ്റിംഗുകൾ ഏറെയും നടന്നത്. മദ്യഷാപ്പ് പിക്കറ്റിംഗിന് നേതൃത്വം കൊടുക്കുന്ന കോൺഗ്രസ് വളണ്ടിയർമാർ വിവിധ തലങ്ങളിൽ നിന്നുള്ള ആക്രമണങ്ങൾ നേരിടേണ്ടിവന്നിട്ടുണ്ട്. ഒരു ഭാഗത്ത് പോലീസും മറുഭാഗത്ത് മദ്യമുതലാളിമാരും അവരുടെ ഗുണ്ടകളും മദ്യപാനികളും എല്ലാം സത്യാഗ്രഹികളെ ആക്രമിച്ചു. മിക്കവാറും അസഭ്യവർഷങ്ങൾക്കും ആക്രോശങ്ങൾക്കുമിടയിലാണ് സമരക്കാർക്ക് നിൽക്കാൻ കഴിഞ്ഞത്.

അറസ്റ്റും മർദ്ദനവും ആക്ഷേപവും സഹിച്ചാണ് സമരം മുന്നോട്ടുപോയത്. പിക്കറ്റിംഗ് ശക്തമായതോടെ വ്യാവസായിക താൽപ്പര്യമുള്ള ജാതിമത ശക്തികൾ ഉൾപ്പെടെ എല്ലാവരും സമരത്തിനെതിരായി ഇറങ്ങി-അറസ്റ്റും മർദ്ദനവും കടുത്തതോടുകൂടി കൂടുതൽ സമരവളണ്ടിയർമാർ രംഗത്തെത്തി.

കാസർഗോഡ്, പയ്യന്നൂർ, കണ്ണൂർ, തലശ്ശേരി, കോഴിക്കോട്, പാലക്കാട്, ചേർത്തല, തിരുവനന്തപുരം തുടങ്ങി വിവിധ മേഖലകളിലായി സമരം ശക്തമായി. കാസർഗോഡ് താലൂക്കിലെ കള്ളുഷാപ്പ് പിക്കറ്റിംഗ് സമരത്തിന് നേതൃത്വപരമായ പങ്കുവഹിക്കാനും കൃഷ്ണപിള്ള നേതൃത്വം കൊടുത്തിട്ടുണ്ട്.

വടകരസമ്മേളനം

1931 മെയ് 3,4,5 തിയതികളിലായി വടകരയിൽ നടന്ന 5-ാം കോൺഗ്രസ് ചരിത്രത്തിലെ മികവുറ്റ സമ്മേളനങ്ങളിലൊന്നായിരുന്നു. മലബാർ കലാപത്തിൽ ജീവപര്യന്തം ശിക്ഷിക്കപ്പെട്ട എം.പി. നാരായണമേനോനോടുള്ള ഐക്യദാർഢ്യം പ്രകടിപ്പിച്ചുകൊണ്ട് 'നാരായണനഗരം' എന്നായിരുന്നു സമ്മേളനഗരിക്ക് പേരിട്ടത്. ബംഗാൾ നേതാവ് ജെ.എം. സെൻഗുപ്തയായിരുന്നു സമ്മേളനാദ്ധ്യക്ഷൻ. കെ.എഫ്. നരിമാന്റെ അദ്ധ്യക്ഷതയിൽ അഖിലകേരള വിദ്യാർത്ഥി സമ്മേളനവും ആന്ധ്രാകേസരി ടി. പ്രകാശത്തിന്റെ

നേതൃത്വത്തിൽ രാഷ്ട്രീയ തടവുകാരുടെ സമ്മേളനവും ഹിന്ദിപ്രചാരസമ്മേളനവും പത്മാവതി ആഷറുടെ അദ്ധ്യക്ഷതയിൽ മഹിളാ സമ്മേളനവും നടന്നു.

നാട്ടുരാജ്യങ്ങളുടെ ഉത്തരവാദഭരണത്തിനുവേണ്ടിയും ഹൈന്ദവ ക്ഷേത്രത്തിൽ എല്ലാ ഹിന്ദുക്കൾക്കും പ്രവേശനം നൽകാനുള്ള ആഹ്വാനമടക്കമുള്ള നിർണായക തീരുമാനങ്ങൾ കൈക്കൊണ്ട വടകര കോൺഗ്രസ്സ് സമ്മേളനത്തിന്റെ ശ്രദ്ധാകേന്ദ്രമായിമാറാൻ ഉപ്പുസത്യാഗ്രഹത്തിന്റെ ജില്ല നേതൃത്വമായി നിന്ന പി. കൃഷ്ണപിള്ള, കെ. കേളപ്പൻ, മുഹമ്മദ് അബ്ദുറഹ്മാൻ സാഹിബ് എന്നിവർക്കു കഴിഞ്ഞു. പി.കെ. നാരായണൻ നായർക്കും ഇ.സി. കുഞ്ഞിക്കണ്ണൻ നമ്പ്യാർക്കുമൊപ്പം വടകര സമ്മേളനത്തിന്റെ മുഖ്യസംഘാടകൻമാരിലൊരാളായും കൃഷ്ണപിള്ള പ്രവർത്തിച്ചു.

വിദ്യാർത്ഥി യുവജന മഹിളാ സംഘടനകളിൽ പുതിയ ചലനമുണ്ടാക്കാനും സംഘടനയുടെ പ്രവർത്തനരീതിയിൽ മാറ്റം വരുത്താനും കോൺഗ്രസിനെ സഹായിച്ച സമ്മേളനമാണ് വടകര സമ്മേളനം.

1931 ജൂൺ 29ന് നിലവിൽ വന്ന കെ.പി.സി.സിയിൽ പി. കൃഷ്ണപിള്ളയും അംഗമായി. കെ. കേളപ്പനായിരുന്നു അദ്ധ്യക്ഷൻ. നൂറ് അംഗങ്ങളായിരുന്നു കെ.പി.സി.സി യിൽ ഉണ്ടായിരുന്നത്. വടകര സമ്മേളനം സംഘടനയ്ക്ക് നൽകിയ ഊർജ്ജം നിലനിർത്താൻ കെ.പി.സി.സിയ്ക്ക് കഴിഞ്ഞിരുന്നില്ല. സംഘടനയ്ക്കകത്ത് വ്യക്തിമത്സരവും വിഭാഗീയതയും പല കാര്യങ്ങളിലായി ഉയർന്നു വന്നു. ഗുരുവായൂർ ക്ഷേത്ര പ്രവേശനമായിരുന്നു അജണ്ടയെങ്കിലും ഗുരുവായൂർ കെ.പി.സി.സി യോഗം സംഘർഷഭരിതമായിരുന്നു. വിപ്ലവകരമായ സമരങ്ങളെ തള്ളിപ്പറയാനുള്ള കെ. കേളപ്പന്റെ ആവശ്യവും മാതൃഭൂമി പത്രത്തിൽ കോൺഗ്രസിനെതിരായി വന്ന പരാമർശങ്ങളും ചർച്ചാവിഷയമായി.

പൂർണ്ണമായ സമവായത്തിലെത്താൻ കഴിഞ്ഞില്ലെങ്കിലും കെ.പി.സി.സിയിലെ വിഭാഗീയത പിന്നീട് മൂർച്ഛിക്കുന്നത് മലബാറിലെ മുൻസിപ്പൽ ലോക്കൽ ബോഡി തെരെഞ്ഞെടുപ്പിലാണ്. കോൺഗ്രസ്സിന്റെ വിജയത്തിനായി കൃഷ്ണപിള്ള അഹോരാത്രം പണിയെടുത്തു. മൊത്തം 32 സീറ്റിൽ 16 സീറ്റ് കോൺഗ്രസ്സ് നേടി. മുഹമ്മദ് അബ്ദുറഹ്മാൻ ചെയർമാനാകുമെന്നായിരുന്നു പൊതുവെയുള്ള ധാരണ. ചെയർമാൻ സ്ഥാനം കൗൺസിലർമാരുടെ യോഗത്തിൽ ധാരണയായില്ല. കെ.പി.സി.സി യോഗത്തിൽ ധാരണയാക്കി കൗൺസിൽ വെച്ചപ്പോൾ കൗൺസിൽ അതും അംഗീകരിച്ചില്ല.

ചെയർമാൻ സ്ഥാനത്തേക്ക് മൂന്ന് സ്ഥാനാർത്ഥികൾ വന്നു. കോൺഗ്രസുകാരനല്ലാത്ത എം. കരുണാകരൻ ചെയർമാനായി. ചേരിപ്പോര് കോൺഗ്രസിനെ വല്ലാതെ അലട്ടി.

1931 ഗുരുവായൂർ സത്യാഗ്രഹത്തിന്റെ നേതൃപരമായ പങ്കുവഹിക്കുന്നതിന് കൃഷ്ണപിള്ള ശ്രമിച്ചു.

1932ൽ സിവിൽ നിയമലംഘന സമരം വീണ്ടുമാരംഭിച്ചപ്പോൾ കോൺഗ്രസ് നേതാവെന്ന നിലയിൽ കൃഷ്ണപിള്ള തന്റേതായ പങ്ക് നിർവ്വഹിച്ചു. ജവഹർലാൽ നെഹ്റു നേരത്തെ തന്നെ അറസ്റ്റിലായി. 1932 ജനു. 4 ന് മഹാത്മാഗാന്ധി അറസ്റ്റ് ചെയ്യപ്പെട്ടു. ഇന്ത്യൻനാഷണൽ കോൺഗ്രസിനെ നിരോധിച്ചു. പ്രസ് ആക്ടിലൂടെ മാധ്യമങ്ങളെ നിർവ്വീര്യമാക്കി. കരിനിയമങ്ങൾ സമരത്തെ നേരിടാൻ സജ്ജമായി. ഗാന്ധിജിയുടെ അറസ്റ്റിനെ തുടർന്ന് ജനുവരി 4 ന് കോഴിക്കോട് ചേർന്ന കെ.പി.സി.സി. യോഗം സിവിൽ നിയമലംഘനം ഊർജിതമാക്കാൻ തീരുമാനിച്ചതനുസരിച്ച് ജനുവരി 5ന് കോഴിക്കോട് കടപ്പുറത്ത് പൊതുയോഗം പ്രഖ്യാപിച്ചു. കൃത്യം 5 മണിക്ക് കൃഷ്ണപിള്ള, കെ.എ ദാമോദര മേനോൻ ശ്രീമതി കാർത്ത്യായനിയമ്മ എന്നിവർ കുതിര വണ്ടിയിൽ കടപ്പുറത്തെത്തി.

ഏത് സാഹചര്യം വന്നാലും നേരിടാൻ തയ്യാറായി ആയുധധാരികളായ വൻ പോലീസ് സംഘം ജില്ലാപോലീസ് സൂപ്രണ്ട് മാർട്ടിന്റെ നേതൃത്വത്തിൽ കടപ്പുറത്ത് നിലയുറപ്പിച്ചു. 144 പ്രഖ്യാപിച്ച ബോർഡ് കടപ്പുറത്ത് സ്ഥാപിച്ചു. കാർത്ത്യായനിയമ്മയുടെ അദ്ധ്യക്ഷതയിൽ നിയമലംഘനം നടത്തി. പോലീസ് പൊടുന്നനെ മൂന്നു പേരെയും അറസ്റ്റ് ചെയ്തു. മഹാത്മാഗാന്ധി കീ ജയ്, ഭാരത് മാതാ കീ ജയ്, അടങ്ങിയ മുദ്രാവാക്യം അത്യുച്ചത്തിൽ മുഴക്കിക്കൊണ്ട് അവർ അറസ്റ്റ് വരിച്ചു. പുറത്ത് നിലയുറപ്പിച്ച ജനം ജയ് വിളി ഏറ്റെടുത്തു. കൃഷ്ണപിള്ളയ്ക്ക് ക്രൂരമായ മർദ്ദനമേറ്റു. പോലീസ് സ്റ്റേഷനിലേക്കും അവിടുന്ന് പിന്നീട് നടപടിക്രമങ്ങൾ പൂർത്തിയാക്കി കോഴിക്കോട് സബ് ജയിലിലേക്കും കൊണ്ടുപോയി. ആറ് മാസത്തെ കഠിന തടവ് കഴിഞ്ഞ് 1932 ജൂലായ് മാസത്തിലാണ് കൃഷ്ണപിള്ള ജയിൽ വിമോചിതനാകുന്നത്.

ജയിലിൽ പഠിക്കാനും പഠിപ്പിക്കാനും ശ്രമിച്ചുകൊണ്ട് സജീവമായ രാഷ്ട്രീയപ്രവർത്തന പാഠങ്ങളാണ് കൃഷ്ണപിള്ള നടത്തിയത്. ജയിൽ മോചിതനായ ശേഷം കോഴിക്കോട് കോൺഗ്രസ് പ്രവർത്തനത്തിന്റെ സജീവതയിലേക്ക് തിരിച്ചുവന്നു. വിദേശ വസ്ത്ര ബഹിഷ്ക്കരണം, ഖാദി പ്രചരണം, ഹരിജനോദ്ധാരണം തുടങ്ങിയ

മേഖലകളിൽ ശ്രദ്ധകേന്ദ്രീകരിച്ചു. ചാലപ്പുറത്തെ കുട്ടൻ ഹോട്ടൽ കേന്ദ്രീകരിച്ച് ആരംഭിച്ച സത്യാഗ്രഹ ക്യാമ്പിന്റെ ചുമതലക്കാരൻ കൃഷ്ണപിള്ളയായിരുന്നു. വളരെ കർശനമായ അച്ചടക്കത്തോടുകൂടി ക്യാമ്പ് നടത്തുന്നതിന് അദ്ദേഹം ശ്രമിച്ചു.

1932 ജൂൺ 23ന് എ.വി. കുഞ്ഞമ്പു ഉമേശറാവു, മഞ്ചുനാഥ ഹെഗ്ഡെ എന്നിവർ നേതൃത്വം കൊടുത്ത് വനനിയമം ലംഘിച്ചു കൊണ്ട് കാടകം വന സത്യാഗ്രഹം ആരംഭിച്ചു. വന വിഭവങ്ങൾ ശേഖരിക്കാനുള്ള തദ്ദേശവാസികളുടെ അവകാശം ബ്രിട്ടീഷുകാർ എടുത്തുകളഞ്ഞതിനെതിരായിരുന്നു സമരം. സമരത്തിനെതിരായി ശക്തമായ പോലീസ് നടപടികൾ ആരംഭിച്ചു.

പോലീസിന്റെ ഇടപെടലും കാലാവസ്ഥയും സമരത്തെ സാരമായി ബാധിച്ച ഘട്ടത്തിലാണ് കെ.എ കേരളീയനോടൊപ്പം കൃഷ്ണപിള്ളയടക്കം സത്യാഗ്രഹത്തിൽ പങ്കെടുക്കാനെത്തുന്നത്. കാടകത്തുമാത്രം ഒതുങ്ങിനിന്ന സമരത്തെ വടക്കേ മലബാറിന്റെ സമരമായി വികസിപ്പിച്ചത് കൃഷ്ണപിള്ളയായിരുന്നു. ആഗസ്റ്റ് 11 മുതൽ വിവിധ മേഖലകളിൽ നിന്നും സമരഭടൻമാർ എത്തിചേരുകയും നിയമം ലംഘിക്കുകയും ചെയ്തു.

1932 ജൂലൈ 15ന് ചാലപ്പുറത്ത് പീപ്പിൾസ് ആശുപത്രി ആരംഭിക്കുന്നതിന് മുൻകൈയെടുത്തത് എച്ച് മഞ്ചുനാഥറാവുവും കൃഷ്ണപിള്ളയുമായിരുന്നു. പോലീസ് മർദ്ദിച്ചവശരാക്കിയ സമരഭടൻമാരെ ചികിത്സിക്കുക എന്നായിരുന്നു ലക്ഷ്യം. 11 അലോപ്പതി ഡോക്ടർമാരും 4 ആയുർവേദ പാരമ്പര്യ വൈദ്യൻമാരും ആശുപത്രിയിൽ വൈദ്യസഹായത്തിന് പലഘട്ടങ്ങളിലായി എത്തിച്ചേർന്നു. കോഴിക്കോട്ടെ അക്കാലത്തെ പ്രഗത്ഭ ഡോക്ടർ മാരായ ഡോ. വി. രാമൻ, ഡോ. ബാലകൃഷ്ണൻ നായർ, വി. കൃഷ്ണമേനോൻ, ആര്യ വൈദ്യൻ പി.വി. രാമവാര്യർ തുടങ്ങിയവരുടെ സേവനം ലഭ്യമാക്കുന്നതിനും സാമ്പത്തിക സഹായം ലഭ്യമാക്കുന്നതിനും നേതൃപരമായ പങ്കാണ് കൃഷ്ണപിള്ള വഹിച്ചത്. മഞ്ചുനാഥറാവുവായിരുന്നു ആശുപത്രിയുടെയും കോൺഗ്രസിന്റെയും തപാലാപ്പീസിന്റെയും സെക്രട്ടറിയായി പ്രവർത്തിച്ചത്.

1933 ജനവരി 26 കോഴിക്കോട് പൂർണ്ണ സ്വാതന്ത്ര്യ ദിനം ആഘോഷപൂർവമായി നടത്തിയ കൃഷ്ണപിള്ളയും ആർ.വി ശർമ്മയും ടി.എം. രാഘവനും സ്വാതന്ത്ര്യ ഘോഷയാത്രയ്ക്ക് നേതൃത്വം കൊടുത്തു. അശോക ഹോസ്പിറ്റലിനുമുമ്പിൽ നിന്നും ത്രിവർണ പതാകയുമായി ആരംഭിച്ച ഘോഷയാത്ര നഗരവൃത്തത്തിൽ ഹജ്ജൂർ ആപ്പീസിനു

മുന്നിൽ പോലീസ് തടഞ്ഞു. പിരിഞ്ഞു പോകാൻ ആവശ്യപ്പെട്ടെങ്കിലും സമരഭടൻമാർ പോയില്ല. പ്രകോപിതരായ പോലീസുകാർ ലാത്തിച്ചാർജാരംഭിച്ചു.

അറസ്റ്റ് ചെയ്ത 42 സമരക്കാരിൽ കൃഷ്ണപിള്ള, ആർ.വി. ശർമ്മ, ടി.എം, രാഘവൻ, ചന്ദ്രോത്ത് കുഞ്ഞിരാമൻനായർ. ടി.എൻ. ഗോവിന്ദൻ അടിയോടി എന്നിവരെ വിചാരണനടത്തി. 6 മാസത്തെ കഠിന തടവിന് ശിക്ഷിച്ചു. ഒന്നാംപ്രതി ടി.എം. രാഘവനെ 15 മാസത്തേക്ക് ശിക്ഷിച്ചു. കൃഷ്ണപിള്ളയുൾപ്പെടെയുള്ളവർ ആറുമാസം കഴിഞ്ഞ് ആഗസ്റ്റ് മാസത്തിലാണ് ജയിൽ ശിക്ഷയിൽ നിന്ന് മോചിതനാകുന്നത്.

ഹരിജനോദ്ധാരണം

1933 ഏപ്രിൽ മാസത്തിൽ കെ. കേളപ്പന്റെ നേതൃത്വത്തിൽ ഹരിജനസേവാസംഘം മലബാർ ശാഖ ആരംഭിച്ചു. ആഗസ്റ്റ് മാസത്തിൽ ജയിൽ മോചിതനായ കൃഷ്ണപിള്ള ഹരിജനോദ്ധാരണ പ്രവർത്തനങ്ങളിൽ മുഴുകി. പന്തിഭോജനവും, ഘോഷയാത്രകളും ക്ഷേത്രപ്രവേശനസമരവും, ക്ഷേത്രക്കുളത്തിൽ അയിത്ത ജാതിക്കാരെക്കൂടി കുളിച്ച സമരവും വിവധ മേഖലകളിൽ സംഘടിപ്പിച്ചു.

കണ്ണൂർ കക്കാടിനടുത്ത തളിച്ചേരിയിൽവെച്ച് അദ്ദേഹത്തിന് ഭീകരമായി മർദ്ദനമേൽക്കേണ്ടിവന്നു. അയിത്ത നിർമ്മാർജനപ്രവർത്തനത്തിനുവേണ്ടി കോൺഗ്രസിനെ ഒരുക്കുന്നതിൽ നിർണായക പങ്കാണ് പി. കൃഷ്ണപിള്ള എന്ന കോൺഗ്രസ്സുകാരൻ വഹിച്ചത്.

●

ചൂണയുള്ള നായർ മണിയടിക്കും

"ചൂണയുള്ള നായർ മണിയടിക്കും
എച്ചിൽ പെറുക്കിനായർ പുറത്തടിക്കും"

ഗുരുവായൂർ സത്യാഗ്രഹസമരാനുഭവങ്ങളിലെ ഏറ്റവും ആവേശം കൊള്ളിക്കുന്ന മുദ്രാവാക്യം ഇതായിരിക്കും. സത്യാഗ്രഹത്തിലധിഷ്ഠിതമായ ഒരു സമരത്തെ ചോരയിൽ മുക്കിക്കൊല്ലാമെന്ന ഹൈന്ദവ പ്രമാണിമാരുടെ ധിക്കാരത്തിനെതിരായ ശക്തമായ ആക്ഷേപഹാസ്യമായിരുന്നു ഈ മുദ്രാവാക്യം. ഈ കണക്കറ്റ പ്രഹരം പിന്നീടുള്ള സമരപ്രവർത്തനങ്ങൾക്ക് കരുത്ത് പകർന്നു.

1931 ൽ കറാച്ചിയിൽ നടന്ന കോൺഗ്രസ് സമ്മേളനത്തിലാണ് രാഷ്ട്രീയ സ്വാതന്ത്ര്യം, സഞ്ചാരസ്വാതന്ത്ര്യം മതസ്വാതന്ത്ര്യം തുടങ്ങിയ മൗലികാവകാശങ്ങൾ അംഗീകരിക്കണമെന്ന പ്രമേയം മുന്നോട്ടു വെക്കുന്നത്. ഇതിനെതുടർന്ന് 1931 മെയ് മാസത്തിൽ വടകരയിൽ നടന്ന കോൺഗ്രസ് പ്രൊവിൻഷ്യൽ സമ്മേളനം ഹൈന്ദവക്ഷേത്രങ്ങളിൽ എല്ലാവർക്കും പ്രവേശനം നൽകണമെന്ന് പ്രമേയത്തിലൂടെ ആവശ്യപ്പെട്ടു. 1931 ജൂലൈ 7ന് ബോംബെയിൽ കൂടിയ AICC യോഗത്തിൽ കെ. കേളപ്പൻ ക്ഷേത്ര സത്യാഗ്രഹം നടത്താനുള്ള അനുമതി ഗാന്ധിയിൽനിന്ന് വാങ്ങി. 1931 ആഗസ്റ്റ് 21 ചേർന്ന് കെ.പി.സി.സി യോഗം സെപ്തംബർ 25 ഗുരുവായൂർ ക്ഷേത്ര സത്യാഗ്രഹദിനമായി കൊണ്ടാടാനും നവംബർ 1ന് ക്ഷേത്രനടയിൽ സമരമാരംഭിക്കാനും തീരുമാനിച്ചു. ക്ഷേത്രംതുറന്നു കൊടുക്കണമെന്നാവശ്യപ്പെട്ട് സാമൂതിരിരാജാവിന് നിവേദനം സമർപ്പിക്കപ്പെട്ടു.

1931 ഒക്ടോബർ 31ന് കാൽനടയായി കണ്ണൂരിൽനിന്നാരംഭിച്ച സത്യാഗ്രഹ ജാഥ ഒക്ടോബർ 31ന് ഗുരുവായൂരിലെത്തുകയും നവംബർ 1 കേളപ്പജിയുടെ നേതൃത്വത്തതിൽ സത്യാഗ്രഹ സമരമാരംഭിക്കുകയും ചെയ്തു.

അയിത്തജാതിക്കാരുൾപ്പെടെയുള്ള സമരഭടൻമാർ 'ഹരേകൃഷ്ണ' മന്ത്രവുമായി ക്ഷേത്രനടയിൽ പ്രവേശിച്ചു. അയിത്തജാതിക്കാർക്ക് പ്രവേശനം അനുവദിക്കുന്ന അയിത്താതിർത്തിയിൽ ക്ഷേത്ര ജീവനക്കാർ സമരക്കാരെ തടഞ്ഞു. ചില്ലറ ബലപ്രയോഗം നടന്നതല്ലാതെ പ്രശ്നങ്ങളൊന്നുമുണ്ടായില്ല.

മന്നത്തു പത്മനാഭന്റെ ഒരു പ്രസംഗത്തിൽ ഞങ്ങൾ ക്ഷേത്രത്തിൽ പ്രവേശിക്കുക മാത്രമല്ല ക്ഷേത്രത്തിൽ ഒരു സവർണ്ണൻ നടത്തുന്ന എല്ലാ ആരാധനകളും നടത്താൻ ഞങ്ങൾക്കും സ്വാതന്ത്ര്യമുണ്ടെന്ന് പ്രഖ്യാപിച്ചു.

ക്ഷേത്രസോപാനത്തിൽ കെട്ടിയമണി അടിക്കുവാനുള്ള അധികാരം ബ്രാഹ്മണർക്കുമാത്രമായിരുന്നു. മന്നത്ത് പത്മനാഭന്റെ പ്രസംഗത്തിനുശേഷം എല്ലാദിവസവും സോപാനത്തിലെ മണിയടിക്കാൻ സമരഭടൻമാർ തീരുമാനിച്ചു.

ഡിസംബർ 22-ാം തിയതി ദീപാരാധന കഴിഞ്ഞ ഉടനെ അമ്പലത്തിൽ കടന്ന് മണിയടിച്ച കൃഷ്ണപിള്ളയെ സോപാനത്തിലെ പട്ടരുടെ നിർദ്ദേശപ്രകാരം നായർ വന്ന് ഭീകരമായി മർദ്ദിച്ചു. 23ന് വൈകുന്നേരവും മണിയടി ആവർത്തിച്ചു. 24ന് കാലത്ത് പത്മനാഭൻ നമ്പ്യാരും കൃഷ്ണപിള്ളയും ക്ഷേത്രക്കുളത്തിൽ കഴുത്തറ്റം വെള്ളത്തിൽ ഒളിച്ചുനിന്ന് അകത്തുകടക്കുമ്പോഴേക്കും പട്ടൻമാരും നായൻമാരും പിടിച്ചു പുറത്താക്കി. കൃഷ്ണപിള്ള അവിടെ പിക്കറ്റിംഗ് ആരംഭിച്ചു. ദേവസ്വം മനേജർ വന്ന് സംസാരിച്ചശേഷമാണ് അദ്ദേഹം പിൻവാങ്ങിയത്.

കൃഷ്ണപിള്ളയുടെ മണിയടിയും പിക്കറ്റിംഗും സമര രംഗത്തെ ചൂടുപിടിപ്പിച്ചു. സമരം വീണ്ടും സജീവമാകുന്നത് യാഥാസ്ഥിതികരെ വിളറിപിടിപ്പിച്ചുകൊണ്ടിരുന്നു.

ഡിസംബർ 28ന് വളണ്ടിയർ ക്യാപ്റ്റൻ എ.കെ.ജിയ്ക്ക് ഭീകരമായി മർദ്ദനമേറ്റു. സംഘർഷഭരിതമായ ഒരു അന്തരീക്ഷം ഉടലെടുത്തു. പിറ്റേ ദിവസം സമരഭടൻമാർ ഭക്ഷണം കഴിക്കാൻ പോയ നേരത്ത് പൊതുജനം ഇരച്ചുകയറുകയും കിഴക്കും തെക്കും പടിഞ്ഞാറും നടകളിലെ മുള്ളുവേലികൾ പൊളിച്ചെറിയുകയും ഗോപുരം വരെയുള്ള തടസ്സങ്ങളെല്ലാം നീക്കുകയും ചെയ്തു. ഇതിന്റെ സൂത്രധാരൻ പി കൃഷ്ണപിള്ളയും പത്മനാഭൻ നമ്പ്യാരുമായിരുന്നു. കേളപ്പജിയുടെ മൗനാനുവാദവും ഇതിനുണ്ടായിരുന്നതായി നമുക്ക് മനസ്സിലാക്കാം.

ഇതോടെ ക്ഷേത്രം അനിശ്ചിതകാലത്തേക്ക് അടച്ചിടാൻ തീരു മാനിച്ചു. സത്യാഗ്രഹം തുടരുന്നതിനിടെ 1932ൽ ക്ഷേത്രം തുറന്നു. സമരം അനിശ്ചിതമായി നീണ്ടുപോകുന്നത് അപകടമാണെന്ന് തിരി ച്ചറഞ്ഞ് കെ. കേളപ്പൻ 1932 സെപ്തംബർ 21 ന് നിരാഹാരമാരംഭിച്ചു. സമരത്തിന് പുതിയ ഊർജം കൈവന്നു.

സാമൂതിരിയുടെ അഭ്യർത്ഥന മാനിച്ച് ഗാന്ധിജി കേളപ്പജിയോട് നിരാഹാരം നിർത്താനാവശ്യപ്പെട്ടു. 3 മാസത്തിനുള്ളിൽ ക്ഷേത്രനട എല്ലാവർക്കും തുറന്നു കൊടുക്കേണ്ടതാണെന്നും അല്ലാത്ത പക്ഷം വീണ്ടും സമരമാരംഭിക്കുമെന്ന് ഗാന്ധിജി കമ്പി സന്ദേശത്തിലൂടെ അറിയിച്ചു.

ഒക്ടോബർ 2ന് കേളപ്പജി നിരാഹാരമവസാനിപ്പിച്ചു. പിന്നീട് പൊന്നാനി താലൂക്കിൽ ഹിന്ദുക്കൾക്കിടയിൽ നടത്തിയ ഹിതപരി ശോധനയിൽ 77% പേരും ക്ഷേത്രപ്രവേശനത്തിന് അനുകൂലമായ തിനാൽ ക്ഷേത്രം എല്ലാ ഹിന്ദുക്കൾക്കും തുറന്നുകൊടുക്കുന്ന നടപ ടികളിലേക്ക് വന്നു. അയിത്തോച്ചാടന സമരത്തിലെ തിളങ്ങുന്ന അധ്യായമായി ഗുരുവായൂർ സത്യാഗ്രഹം മാറി.

●

കോൺഗ്രസ് സോഷ്യലിസ്റ്റ് പാർട്ടി

നിയമലംഘന പ്രസ്ഥാനത്തിന്റെ പരാജയം ഇന്ത്യയിലെ പ്രക്ഷോഭകാരികളെ വല്ലാതെനിരാശരാക്കി. ജയിലിൽ വെച്ച് യുവാക്കളായ വിപ്ലവകാരികൾ പുതിയ ഒരു മുന്നേറ്റത്തിന്റെ ആവശ്യകതയെ തിരിച്ചറിയാൻ തുടങ്ങി. അവർ ലോകത്തെ സംഭവവികാസങ്ങളെക്കുറിച്ച് ചർച്ച ചെയ്യുകയും സോവിയറ്റ് യൂണിയന്റെ വിജയത്തിന്റെ പടവുകളെക്കുറിച്ച് പഠനം നടത്തുകയും അതിൽ ആവേശം കൊള്ളുകയും ചെയ്തു. സോഷ്യലിസ്റ്റ് ആശയങ്ങളോട് താൽപ്പര്യമുള്ള നെഹ്റുവിന്റെയും സുഭാഷ് ചന്ദ്രബോസിന്റെയും നിലപാടുകൾ ചെറുപ്പക്കാരായ കോൺഗ്രസ്സുകാർക്കിടയിൽ ഐക്യപ്പെടാനുള്ള പ്രേരണയുണ്ടാക്കി.

ജയിലിനകത്ത് സോഷ്യലിസ്റ്റ് ആശയപ്രചാരണത്തിന് വലിയ സ്വാധീനം ലഭിച്ചു. ഇത് കോൺഗ്രസിനുള്ളിൽ തന്നെ പ്രവർത്തിക്കാൻ കഴിയാവുന്ന ഇടതുപക്ഷചിന്താഗതിക്കാരുടെ ഒരു കൂട്ടായ്മ രൂപീകരിക്കാൻ പ്രചോദനമായി. വിവിധ മേഖലകളിൽ സോഷ്യലിസ്റ്റാശയം വെച്ചു പുലർത്തിയ ജയപ്രകാശ് നാരായണൻ, എം.ആർ മസാനി, അച്യുത്പട് വർദ്ധൻ, യൂസഫ് മെഹറലി, പുരുഷോത്തംദാസ് ത്രിക്കംദാസ്, സമ്പൂർണാനന്ദൻ, ലോഹ്യ, ഗംഗാചരൺ സിൻഹ, എസ്. എം. ജോഷി തുടങ്ങിയവരെല്ലാം ആശയവിനിമയത്തിന് തയ്യാറായി. 1933 ജയപ്രകാശ് നാരായണനും കൂട്ടരും ജയിൽ മോചിതരായ ശേഷം ഈ നീക്കങ്ങൾക്ക് ശക്തിപ്രാപിച്ചു. 1933 അവസാനം പുരുഷോത്തംത്രിക്കംദാസിന്റെ നേതൃത്വത്തിൽ പൂനയിൽ യോഗം ചേർന്ന് തയ്യാറാക്കിയ പൂനെ ഡ്രാഫ്റ്റിന്റെ അടിസ്ഥാനത്തിൽ ബോംബെയിൽ ചേർന്ന യോഗം ഒരു അഖിലേന്ത്യാ സോഷ്യലിസ്റ്റ് ഗ്രൂപ്പ് രൂപീകരിക്കാൻ തീരുമാനിച്ചു.

ബോംബെ സമ്മേളനം ചുമതലപ്പെടുത്തിയതനുസരിച്ച് ജെ പി യുടെ നേതൃത്വത്തിൽ 1934 മെയ് 18 ന് പാറ്റ്നയിൽ നടക്കുന്ന AICC സമ്മേളനത്തിന് തലേദിവസങ്ങളിൽ പാറ്റ്നയിൽ തന്നെ

സോഷ്യലിസ്റ്റ് ആശയഗതിക്കാരുടെ സമ്മേളനം ചേർന്നു. ആചാര്യനരേന്ദ്രദേവിന്റെ അദ്ധ്യക്ഷതയിൽ നടന്ന സമ്മേളനം കോൺഗ്രസിനകത്ത് തന്നെ സോഷ്യലിസ്റ്റ് പാർട്ടി രൂപീകരിക്കാൻ തീരുമാനിച്ചു. ജെ.പിയുടെ നേതൃത്വത്തിൽ ഒരു കമ്മിറ്റി രൂപികരിക്കുകയും സംസ്ഥാനഘടകങ്ങൾ രൂപീകരിക്കാനും അതിനുശേഷം അഖിലേന്ത്യാ സമ്മേളനം വിളിച്ചു ചേർക്കാനും ഒരു ഭരണഘടന രൂപീകരിക്കാനും തീരുമാനമായി. കേരളത്തിൽ നിന്നും ഇ.എം. എസ് ഈ സമ്മേളനത്തിൽ പങ്കെടുത്തിരുന്നു.

ഈ ദേശീയ പശ്ചാത്തലത്തിലാണ് കേരളത്തിൽ കോൺഗ്രസ് സോഷ്യലിസ്റ്റ് പാർട്ടി കെട്ടിപ്പടുക്കപ്പെടുന്നത്. ജയിൽ മോചിതനായ കൃഷ്ണപിള്ളയാണ് ഇതിന് നേതൃത്വം നൽകിയത്. ജയിൽ ശിക്ഷ കഴിഞ്ഞ് പുറത്തിറങ്ങിയവരേയും വിവിധ സമരങ്ങൾക്കിടയിൽ സൗഹൃദം സ്ഥാപിച്ച വ്യക്തികളേയും തേടിയുള്ള നിരന്തരമായ യാത്രയാണ് തിരുവിതാംകൂറിലും കൊച്ചിയിലും മലബാറിലും അദ്ദേഹം നടത്തിയത്. കേരളത്തിൽ അതുവരെ നടന്ന ഒട്ടുമിക്ക സമരങ്ങളിലും മനസ്സുകൊണ്ടും ശരീരം കൊണ്ടും പങ്കാളിയായ വ്യക്തി എന്ന നിലയിൽ അദ്ദേഹത്തിനുണ്ടായിരുന്ന അംഗീകാരം കോൺഗ്രസ് സോഷ്യലിസ്റ്റ് പാർട്ടിയുടെ കേരളഘടകം രൂപീകരിക്കുന്നതിലേക്ക് നയിച്ചു.

കൃഷ്ണപിള്ള ഒരു വൈദ്യുതി തരംഗം പോലെ തളർന്നു പോയ സമരഭടൻമാരെ പുനരുജീവിപ്പിക്കാൻ സഞ്ചരിച്ചു. കെ. കേളപ്പൻ, ഇ.എം.എസ്, എൻ.സി ശേഖർ, എ.കെ.ജി, സി.കെ. ഗോവിന്ദൻ നായർ തുടങ്ങി ചെറുതും വലുതുമായ നേതാക്കളെ കണ്ണിചേർക്കാൻ കഴിഞ്ഞ ശ്രമകരമായ ജോലിക്കുശേഷം കോഴിക്കോട് വെച്ച് ഒരു സമ്മേളനം നടത്തണമെന്നദ്ദേഹം തിരുമാനിച്ചു.

1934 മെയ് 12ന് കോഴിക്കോട് ടൗൺഹാളിൽ കോൺഗ്രസ് സോഷ്യലിസ്റ്റ് പാർട്ടിയുടെ സമ്മേളനം വിളിച്ചു ചേർത്തു. കെ കേളപ്പനായിരുന്നു സമ്മേളനത്തിന്റെ അദ്ധ്യക്ഷൻ. സമ്മേളനത്തിൽ അവതരിപ്പിക്കാനുള്ള പ്രമേയം എഴുതിതയ്യാറാക്കിയത് പി. കേശവദേവായിരുന്നു. പാർട്ടിയുടെ ആവശ്യകതയെ സംബന്ധിച്ച പ്രമേയം ചന്ദ്രോത്ത് കുഞ്ഞിരാമൻ നായർ അവതരിപ്പിച്ചു.

സി.കെ ഗോവിന്ദൻ നായർ പ്രസിഡന്റും പി. കൃഷ്ണപിള്ള സെക്രട്ടറിയുമായി ഒരു കമ്മിറ്റി രൂപീകരിച്ചു.

കോൺഗ്രസ്സിനകത്തു പ്രവർത്തിക്കാനും കോൺഗ്രസിനെയാകെത്തന്നെ സോഷ്യലിസ്റ്റ് ആശയങ്ങളിലേക്ക് കൊണ്ടുവരാൻ കഴിയുന്ന

വിധത്തിൽ കർഷകരെയും തൊഴിലാളികളെയും സംഘടിപ്പിച്ച് സജ്ജരാക്കാൻ സമ്മേളനം ആഹ്വാനം ചെയ്തു. പാറ്റ്നയിലെ അഖിലേന്ത്യാ സമ്മേളനത്തിന്റെ പ്രതിനിധിയായി ഇ.എം.എസിനെ തെരഞ്ഞെടുത്തു.

കോൺഗ്രസ് സോഷ്യലിസ്റ്റ് പാർട്ടിയുടെ വളർച്ച കോൺഗ്രസിൽ വലിയ വിഭാഗീയതകൾക്ക് വഴിവെച്ചു. ഗാന്ധിജി തന്നെ നേരിട്ട് സോഷ്യലിസ്റ്റ് ഗ്രൂപ്പുകൾക്കെതിരായ പ്രവർത്തനത്തിന് പിന്തുണ നൽകി. ഒരു വശത്ത് ഗാന്ധിസവും മറുവശത്ത് സോഷ്യലിസവും കോൺഗ്രസിന്റെ അധികാരകേന്ദ്രങ്ങളിലേക്ക് മത്സരിക്കുന്ന അവസ്ഥ സംജാതമായി.

1934 ൽ കേരളത്തിലെ കോൺഗ്രസ് പ്രസ്ഥാനം ഇടതുപക്ഷത്തിനൊപ്പമായത് വലതുപക്ഷ കോൺഗ്രസ് വിഭാഗത്തിന് വലിയ തിരിച്ചടിയായി. ധനസഹായങ്ങളുൾപ്പടെ മുടക്കിക്കൊണ്ട് കോൺഗ്രസ് പ്രവർത്തനം സ്തംഭിപ്പിക്കാൻ വലതുപക്ഷം ശ്രമം തുടങ്ങി.

1935 ൽ 7-ാം കോൺഗ്രസ് സമ്മേളനത്തിൽ ഒത്തുതീർപ്പിനെ തുടർന്ന് നേതൃത്വസ്ഥാനം വലതുപക്ഷകോൺഗ്രസ് നേതാക്കന്മാർക്ക് കൈമാറി. ഇത് സോഷ്യലിസ്റ്റുകാർ കീഴടങ്ങുന്നു എന്ന ആക്ഷേപം ഉയരുന്നതിനിടയായി.

1936 ജനുവരി 7 ന് കെ.പി.സി.സി തെരഞ്ഞെടുപ്പ് നടന്നപ്പോൾ ഇടതുപക്ഷത്തിന് ഭൂരിപക്ഷം നഷ്ടപ്പെട്ടു. ഇ.എം.എസ് ഉൾപ്പെടെ ഇടതു നേതാക്കൾ തോറ്റെങ്കിലും പി. കൃഷ്ണപിള്ള തെരെഞ്ഞെടുക്കപ്പെട്ടു. സംസ്ഥാന നേതൃത്വം വലതുപക്ഷത്തിനാണെങ്കിലും താലൂക്ക്, ജില്ലാ നേതൃത്വം ഭൂരിഭാഗം ഇടതുപക്ഷത്തിന്റെ കൂടെയായിരുന്നു. മലബാർ ജില്ലാ കമ്മിറ്റിയും സംസ്ഥാനകമ്മിറ്റിയും തമ്മിൽ രൂക്ഷമായ അഭിപ്രായവ്യത്യാസം പലഘട്ടങ്ങളിലും ഉയർന്നു വന്നു. മലബാർ ജില്ലാ കമ്മിറ്റി പിരിച്ചുവിടാനുൾപ്പെടെയുള്ള അച്ചടക്കനടപടികൾ വലിയ വിവാദങ്ങൾക്കും എ.ഐ.സി.സി യുടെ ഇടപെടലിനും വിധേയമായി.

1937 കെ.പി.സി.സി തെരഞ്ഞെടുപ്പിൽ ഇടതുപക്ഷത്തുനിന്നും കൃഷ്ണപിള്ള എ.കെ.ജി, എ.കെ. പിള്ള, കെ.പി ഗോപാലൻ, ചന്ദ്രോത്ത് കുഞ്ഞിരാമൻ നായർ എന്നിവർ തെരഞ്ഞെടുക്കപ്പെട്ടു. എ.കെ. പിള്ള എ.ഐ.സി.സിയിലേക്കും തെരഞ്ഞെടുക്കപ്പെട്ടു. കെ.പി.സി.സി ജനറൽ സെക്രട്ടറി സ്ഥാനത്തേക്ക് നടന്ന തെരഞ്ഞെടുപ്പിൽ പി. കൃഷ്ണപിള്ള പരാജയപ്പെട്ടു. 1936ലെ ഫൈയ്സ്പൂർ കോൺഗ്രസ് സമ്മേളനത്തിനു മുന്നോടിയായി കോൺഗ്രസ് സോഷ്യലിസ്റ്റ് പാർട്ടിയുടെ 3-ാം സമ്മേളനവും നടന്നു. കോൺഗ്രസ്

സോഷ്യലിസ്റ്റ് പാർട്ടിയിലുള്ളവർ കമ്യൂണിസ്റ്റ് ആശയങ്ങളുമായി കൂടുതൽ അടുക്കുന്നത് ഈ സമ്മേളനത്തിലാണ്. സി.എസ്. പി നാഷണൽ എക്സിക്യൂട്ടിവിനകത്ത് സി.പി.ഐ ഫ്രാക്ഷൻ സജീവമായതും ഇക്കാലയളവിലാണ്.

ഫെയ്സ്പൂർ കോൺഗ്രസ് സമ്മേളനത്തിൽ വലതുപക്ഷത്തിന് മുൻകൈയുണ്ടായിരുന്നെങ്കിലും രാഷ്ട്രീയമായി മുന്നേറ്റമുണ്ടാക്കാൻ സി.എസ്.പി. ക്ക് കഴിഞ്ഞു. ബാട്‌ലിവാല, രണദിവെ, കൃഷ്ണപിള്ള തുടങ്ങിയവരുടെ ഇടപെടലുകൾ സി.എസ്.പിയുടെ മുന്നേറ്റത്തിന് കാരണമായി,

1935 ലെ ഗവൺമെന്റ് ഓഫ് ഇന്ത്യ ആക്ട് പ്രകാരം നിലവിൽ വന്ന ഭരണഘടന ഇന്ത്യൻ സംസ്ഥാനങ്ങൾക്ക് പരിമിതമായ സ്വയം ഭരണം അനുവദിച്ചു. നിയമസഭകളിലേക്ക് തെരഞ്ഞടുപ്പ് പ്രഖ്യാപിക്കപ്പെട്ടു. കോൺഗ്രസ് മത്സരംഗത്ത് ശക്തരായി മാറണമെന്ന് തീരുമാനമെടുത്തു. ഇടതുപക്ഷം തെരഞ്ഞെടുപ്പിൽ പങ്കെടുക്കുന്നതിനെ എതിർത്തില്ലെങ്കിലും മന്ത്രിസഭാപ്രവേശനം പുതിയ ഭരണഘടന നിർമ്മിക്കാനുള്ള ഇന്ത്യക്കാരുടെ അവകാശത്തിനെതിരാണെന്ന് വാദിച്ചു.

1937 ഫെബ്രുവരി 15ന് നടത്താൻ നിശ്ചയിച്ച മലബാർ തെരഞ്ഞെടുപ്പിൽ വലതുപക്ഷ കോൺഗ്രസുകാരെ മാത്രമേ സ്ഥാനാർത്ഥിയാക്കിയുള്ളൂ. മലബാറിൽ കോൺഗ്രസ് മികച്ച വിജയം നേടി. മന്ത്രിസഭാപ്രശ്നത്തിന് സി.എസ്.പി. മുന്നോട്ടു വെച്ച ആശയങ്ങൾ വലിയ കോലാഹലങ്ങളുണ്ടാക്കിയെങ്കിലും ഭൂരിപക്ഷ തീരുമാനപ്രകാരം രാജാജി മദ്രാസിന്റെ ഭരണസാരഥ്യമേറ്റെടുത്തു. ആകെയുള്ള 11 സംസ്ഥാനങ്ങളിൽ 6ൽ തനിച്ചും 2 എണ്ണത്തിൽ സഖ്യകക്ഷികളായും കോൺഗ്രസ് അധികാരത്തിലേറി.

1937 ജൂൺ മാസത്തിൽ കോൺഗ്രസ് സോഷ്യലിസ്റ്റ് പാർട്ടിയുടെ നാലാം സമ്മേളനം കണ്ണൂരിൽ വെച്ച് നടന്നു. വിപുലമായ പ്രചാരണപരിപാടികൾ സമ്മേളനത്തിനു മുന്നോടിയായി കൃഷ്ണപിള്ളയുടെ നേതൃത്വത്തിൽ നടന്നു. യുസഫ് മെഹറലി അധ്യക്ഷത വഹിച്ച സമ്മേളനം ബഹുജന സംഘടനാപ്രവർത്തനത്തിലൂടെ സി.എസ്. പി. മുന്നേറണമെന്നും കോൺഗ്രസുമായുള്ള ബന്ധം സുദൃഢമാക്കണമെന്നും തീരുമാനിച്ചു.

1937 ൽ മലബാർ സിസ്ട്രിക് ബോർഡിലേക്ക് തെരഞ്ഞെടുപ്പ് നടന്നു. കെ. കേളപ്പൻ സിസ്ട്രിക് ബോർഡ് പ്രസിഡണ്ടായി. വലതുപക്ഷവും ഇടതുപക്ഷവും തമ്മിൽ ആശയവൈരുദ്ധ്യമുണ്ടായിരുന്നെങ്കിലും

തെരഞ്ഞെടുപ്പ് പ്രവർത്തനങ്ങളിൽ കോൺഗ്രസ് സോഷ്യലിസ്റ്റ് പാർട്ടി സജീവമായിതന്നെ കോൺഗ്രസിന്റെ ജയത്തിനു പിന്നിലു ണ്ടായിരുന്നു.

1938 ജനുവരിയിൽ നടന്ന കെ.പി.സി.സി തെരഞ്ഞെടുപ്പിൽ ഇടതുപക്ഷത്തെ വിജയിപ്പിക്കുന്നതിന്റെ ബുദ്ധികേന്ദ്രം കൃഷ്ണപിള്ള യായിരുന്നു. വലതുപക്ഷം ആക്ഷേപപൂർവ്വം പരിഹരിച്ച 'മെക്കാ -മോസ്ക്കോ പാക്ട്'' പരീക്ഷിച്ചത് അദ്ദേഹത്തിന്റെ സാമർത്ഥ്യത്തിന്റെ തെളിവായിരുന്നു. മുഹമ്മദ് അബ്ദുറഹ്മാൻ പ്രസിഡണ്ടായും ഇ.എം. എസ് സെക്രട്ടറിയായും പി. നാരായണൻ നായർ ഖജാൻജിയായും തെരഞ്ഞെടുക്കപ്പെട്ടു.

1938 ഫെബ്രുവരിയിൽ നടന്ന ഹരിപുര എ ഐ സി സി സമ്മേളനം സുഭാഷ് ചന്ദ്ര ബോസിനെ പ്രസിഡണ്ടായി തെരഞ്ഞെ ടുത്തു. ഇടതുപക്ഷക്കാരനായ സുഭാഷ് ചന്ദ്രബോസിന്റെ വിജയം സൃഷ്ടിക്കുന്നതിൽ കേരളത്തിൽ നിന്നും പങ്കെടുത്ത കോൺഗ്രസ് സോഷ്യലിസ്റ്റ് പാർട്ടിക്ക് അതിന്റേതായ പങ്കുണ്ടായിരുന്നു.

സമ്മേളനത്തിൽ നാട്ടുരാജ്യങ്ങളിലേക്ക് സ്വാതന്ത്ര്യ സമരം വ്യാ പിപ്പിക്കാനുള്ള തീരുമാനവും നെഹ്രുവിന്റെ നേതൃത്വത്തിൽ രൂപീക രിച്ച സോവിയറ്റ് മോഡൽ പ്ലാനിംഗ് കമ്മിറ്റിയുമെല്ലാം ഇടതുപക്ഷ കോൺഗ്രസ്സുകാരെ ആവേശഭരിതരാക്കി.

കേരളത്തിലെ കോൺഗ്രസ്സിനകത്ത് ഇടതുവലതു ചേരികൾ ഏറ്റുമുട്ടുന്നത് നിരന്തരസംഭവമായി. കോഴിക്കോട് താലൂക്ക് നിയോ ജകമണ്ഡലത്തിലെ എം.എൽ.എ ആയിരുന്ന പി. അച്യുതന്റെ നിര്യാണത്തെ തുടർന്ന് ഉപതെരഞ്ഞെടുപ്പ് പ്രഖ്യാപിച്ചു. കെ.പി. സി.സി ഇ.എം.എസിനെ സ്ഥാനാർത്ഥിയായി നിശ്ചയിച്ചെങ്കിലും സാമുദായിക പ്രശ്നം പറഞ്ഞ് എ.ഐ.സി.സി യിലെ വലതുപക്ഷം ഡോ. ചന്തുവിനെ സ്ഥാനാർത്ഥിയാക്കിയതും വലിയ സംഘട്ടന ത്തിന് കാരണമായി.

ഇടതുപക്ഷ കെ.പി.സി.സിയോട് തീർത്തും നിസഹകരണ നിലപാട് മലബാർ ഡിസ്ട്രിക് ബോഡ് നടത്തിക്കൊണ്ടിരുന്നു. കേളപ്പൻ തന്നിഷ്ടപ്രകാരം ഭരിക്കുകയും കെ.പി.സി.സി നയങ്ങളെ ധിക്കരിക്കുകയും സോഷ്യലിസ്റ്റുകൾക്കെതിരെ അപവാദപ്രചരണം നടത്തുകയും ചെയ്തുകൊണ്ടേയിരുന്നു. എന്നിട്ടും 1938 ഏപ്രിൽ 30 ന് മലബാറിലെ കോഴിക്കോട്, തലശ്ശേരി, കണ്ണൂർ, പാലക്കാട് മുൻസിപ്പാ ലിറ്റിയിലേക്ക് നടന്ന തെരഞ്ഞെടുപ്പുകളിലും കോൺഗ്രസിന്റെ വിജ യത്തിനുപിന്നിൽ സി.എസ്.പിയുടെ ശക്തമായ ഇടപെടലുണ്ടായി

തെരഞ്ഞെടുപ്പ് രംഗത്ത് പരസ്പരവിശ്വാസം നഷ്ടപ്പെടാതിരിക്കാൻ കൃഷ്ണപിള്ള ഭഗീരഥ പ്രയത്നം തന്നെയാണ് നടത്തിയത്.

1938 ഏപ്രിൽ 12, 13 തിയതികളിൽ ലാഹോറിൽ നടന്ന സി.എസ്.പി അഖിലേന്ത്യാ സമ്മേളനത്തെത്തുടർന്ന് ഏപ്രിൽ 24ന് കോഴിക്കോട് ടൗൺ ഹാളിൽ സി.എസ്.പി.യുടെ അഞ്ചാം സമ്മേളനം ചേർന്നു. സി.എസ്.പി.യുടെ സമുന്നതനായ നേതാവ് ജയപ്രകാശ് നാരായണൻ സമ്മേളനത്തിലെ മുഖ്യസാന്നിദ്ധ്യമായിരുന്നു. കൃഷിക്കാരുടെയും തൊഴിലാളികളുടെയും വളർന്നുവരുന്ന സംഘടിത ശക്തിയെ വളർത്താനും തിരുവിതാംകൂറിലെ ഉത്തരവാദ ഭരണത്തിനുവേണ്ടിയുള്ള സമരത്തിനും സമ്മേളനം പിന്തുണ വാഗ്ദാനം ചെയ്തു.

സമ്മേളനം കൃഷ്ണപിള്ളയെ ജനറൽ സെക്രട്ടറിയായും എൻ.സി. ശേഖർ, കെ എ കേരളീയൻ, പി.പി. കുഞ്ഞുണ്ണിനായർ, കെ. കെ. വാര്യർ എന്നിവരെ ജോ. സെക്രട്ടറിമാരായും തെരഞ്ഞെടുത്തു.

1939 ജനുവരിയിൽ നടന്ന കെ.പി.സി.സി തെരഞ്ഞെടുപ്പിൽ വീണ്ടും വലതുപക്ഷം പരാജയപ്പെട്ടു. എം.പി. ഗോവിന്ദ മേനോനെ വലിയ ഭൂരിപക്ഷത്തിൽ പരാജയപ്പെടുത്തി മുഹമ്മദ് അബ്ദുറഹ്മാൻ സാഹിബ് കെ.പി.സി.സി പ്രസിഡണ്ടായി. ഇ.എം.എസ്. സെക്രട്ടറിയായും പി നാരായണൻനായർ ഖജാൻജി യുമായും തെരഞ്ഞെടുക്കപ്പെട്ടു. ത്രിപുരി കോൺഗ്രസ് സമ്മേളനത്തിലേക്ക് തെരഞ്ഞെടുക്കപ്പെട്ട പ്രതിനിധികൾ ഭൂരിഭാഗവും കോൺഗ്രസ് സോഷ്യലിസ്റ്റ് പാർട്ടിക്കാരായിരുന്നു.

1939 ലെ AICC തെരഞ്ഞെടുപ്പിൽ സുഭാഷ് ചന്ദ്രബോസിനെ വിജയിപ്പിക്കാൻ കൃഷ്ണപിള്ളയുടെ നേതൃത്വത്തിൽ കോൺഗ്രസ് സോഷ്യലിസ്റ്റ് പാർട്ടി സജീവമായി നേതൃത്വം കൊടുത്തു.

മൗലാനാ അബ്ദുൾ കലാം ആസാദിനെ പിൻവലിച്ച് പട്ടാഭി സീതാരാമയ്യയെ പിന്തുണയ്ക്കാൻ ഗാന്ധിജി നേതൃത്വം കൊടുത്തെങ്കിലും സുഭാഷ് ചന്ദ്രബോസിനോട് പട്ടാഭി പരാജയപ്പെട്ടു. ഇടതുവലതു തർക്കങ്ങൾ വിപുലമായ സാഹചര്യത്തിലാണ് വലതുപക്ഷക്കാരുടെ ബഹിഷ്ക്കരണം നേരിട്ട കോൺഗ്രസ്സിന്റെ ബക്കളം സമ്മേളനം ചേരുന്നത്. വലതുവിഭാഗത്തിന്റെ എല്ലാ തടസ്സങ്ങളും മറികടന്ന് സുസംഘടിതമായരീതിയിൽ ബക്കളത്ത് സമ്മേളനം ചേർന്നു. ബക്കളത്തെ സമ്മേളനത്തിന്റെ അദ്ധ്യക്ഷനായത് കൃഷ്ണപിള്ളയായിരുന്നു.

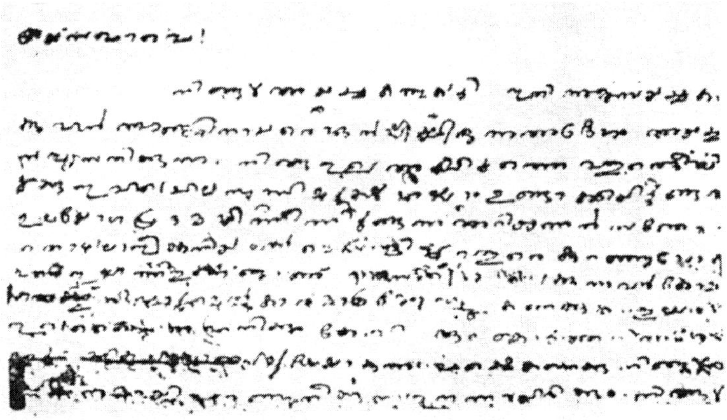

സഖാവ് കൃഷ്ണപിള്ളയുടെ കൈപ്പട

1939 ജൂൺ 16,17,18 തിയതികളിലായി കോൺഗ്രസ് സോഷ്യലിസ്റ്റ് പാർട്ടിയുടെ ആറാം സംസ്ഥാന സമ്മേളനം തലശ്ശേരിയിൽ നടന്നു. പാർട്ടിയുടെ 400 മെമ്പർമാരെ പ്രതിനിധീകരിച്ച് 170 പേർ സമ്മേളനത്തിൽ പങ്കെടുത്തു. കേരളത്തിലെ എല്ലാ മേഖലകളിൽ നിന്നും പ്രാതിനിധ്യമുണ്ടായി എന്നതും ശ്രദ്ധേയമാണ്. സാർവ്വദേശീയ- ദേശീയ- പ്രാദേശീക വിഷയങ്ങളെ സംബന്ധിച്ച് റിപ്പോർട്ടിംഗും വിശദമായ ചർച്ചയും നടന്നു. ചിട്ടയായി ക്രമീകരിക്കപ്പെട്ട സമ്മേളനമായിരുന്നു തലശ്ശേരി സമ്മേളനം.

സോഷ്യലിസത്തിലേക്ക് ഇന്ത്യയെ നയിക്കണമെങ്കിൽ ആദ്യം ബ്രിട്ടീഷ് സാമ്രാജ്യത്വത്തെ തുരത്തണമെന്നും നാട്ടുരാജ്യങ്ങളിലുൾപ്പെടെ പൂർണ്ണമായ സ്വാതന്ത്ര്യത്തിനു വേണ്ടി തൊഴിലാളി-കർഷകാദി ജനവിഭാഗങ്ങളുടെ സംഘടനകൾ നേതൃത്വം കൊടുക്കുന്ന ഉജ്വലസമരങ്ങൾ വളർത്തിക്കൊണ്ടുവരണമെന്നും സമ്മേളനം ആഹ്വാനം ചെയ്തു.

സമ്മേളനത്തിൽ പി. കൃഷ്ണപിള്ള വീണ്ടും ജനറൽ സെക്രട്ടറിയായിതെരഞ്ഞെടുക്കപ്പെട്ടു. ഇ.എം.എസ്, പി. നാരായണൻ നായർ. എ.കെ.ജി. കെ.എ. കേരളീയൻ, മഞ്ചുനാഥറാവു, എൻ.സി ശേഖർ, ചന്ദ്രോത്ത് കുഞ്ഞിരാമൻനായർ, കെ.പി. ഗോപാലൻ, കെ. കുഞ്ഞിരാമൻ, ഇ.പി. ഗോപാലൻ, സി.എച്ച്. കണാരൻ, കെ.കെ. വാര്യർ. പി.എസ് നമ്പൂതിരി, പി.എൻ. കൃഷ്ണമേനോൻ എന്നിവരടങ്ങുന്ന എക്സിക്യൂട്ടീവ് കമ്മറ്റിയും രൂപീകരിച്ചു.

സമ്മേളനത്തിൽ എൻ.സി ശേഖർ കൺവീനറായി തൊഴിലാളികളുടെ കമ്മിറ്റിയും കേരളീയൻ കൺവീനറായി കർഷകകമ്മിറ്റിയും, ഇ.എം.എസ്. പത്രാധിപരായി പ്രഭാതം എഡിറ്റോറിയൽ ബോർഡും രൂപീകരിച്ചു.

6-ാം സമ്മേളനവും അതിൽനിന്നുയർന്നുവന്ന ആശയങ്ങളും കോൺഗ്രസ് സോഷ്യലിസ്റ്റ് പാർട്ടിയെ കമ്യൂണിസ്റ്റ് ആശയഗതിയിലേക്ക് നയിച്ചു. കൃഷ്ണപിള്ളയുടെ ബുദ്ധിപൂർവ്വമായ നേതൃത്വം ശാസ്ത്രീയ സോഷ്യലിസത്തിന്റെ ആവശ്യകതയെ കേരളത്തിലെ ജനങ്ങളെ ബോധ്യപ്പെടുത്തുന്നതിൽ വിജയിക്കുകയും ചെയ്തു. ഒരു പരിവർത്തന കാലഘട്ടത്തിൽ സോഷ്യലിസ്റ്റ് പാർട്ടിയെ ഒന്നാകെ കമ്യൂണിസ്റ്റാശയ ഗതിയിലേക്ക് മാറ്റാൻ കഴിഞ്ഞത് കൃഷ്ണപിള്ളയുടെ മികവുകൊണ്ടു മാത്രമാണ്.

●

പട്ടിണി ജാഥ

നാടെങ്ങും പട്ടിണി. സാധാരണ മനുഷ്യന് ജീവിക്കാൻ വയ്യാത്ത അവസ്ഥ. ദാരിദ്ര്യവും തൊഴിലില്ലായ്മയും അരാജകത്വത്തിലേക്ക് ജനങ്ങളെ നയിക്കുന്ന അവസ്ഥ. ജന്മിമാരുടെ മർദ്ദനവും ചൂഷണവും വർദ്ധിച്ചു. അവരുടെ സംരക്ഷകരും പിണിയാളുകളുമായി ബ്രിട്ടീഷ് ഭരണസംവിധാനം അധപതിച്ചു. മലബാറിന്റെ മുപ്പതുകളുടെ ആദ്യപാദം ഇങ്ങനെയൊക്കെയായിരുന്നു. ദുരിതത്തിൽ നിന്നും ദാരിദ്ര്യത്തിൽ നിന്നും മോചനം നേടാനുള്ള ഉജ്വലമായ സമരമായിരുന്നു പട്ടിണിജാഥ

മലബാറിലെ കോട്ടയം, ചിറക്കൽ കുറുമ്പ്രനാട് താലൂക്കുകളിലെ തൊഴിൽരഹിതരായ യുവാക്കളുടെ ഇടയിൽ രൂപംകൊണ്ട കമ്മിറ്റികളാണ് പട്ടിണിയും ദാരിദ്ര്യവും മാറ്റുന്നതിനുള്ള സമരപരിപാടികൾ ആവശ്യമാണെന്ന തിരിച്ചറിവിലേക്ക് ആദ്യമെത്തുന്നത്. കോൺഗ്രസ് സോഷ്യലിസ്റ്റ് നേതാക്കളുടെ നിരന്തരമായ രാഷ്ട്രീയ ഇടപെടൽ ഇതിന് കാരണമായി.

എ.കെ.ജി, പി. കൃഷ്ണപിള്ള, കെ.പി.ആർ. ഗോപാലൻ, കെ.എ കേരളീയൻ, സി.എച്ച് കണാരൻ, കെ.പി. ഗോപാലൻ എം. കെ. കേളു, ടി.കെ. രാജു തുടങ്ങിയ നേതാക്കൾ ഇത്തരം പ്രവർത്തനങ്ങൾക്ക് നേതൃത്വവും സഹായവും നൽകി.

കോഴിക്കോട്ടെ എ.കെ. പിള്ളയുടെ വീട്ടിൽ ചേർന്ന കോൺഗ്രസ് സോഷ്യലിസ്റ്റ് പാർട്ടി എക്സിക്യൂട്ടീവിലാണ് പട്ടിണി ജാഥ എന്ന ആശയം മുന്നോട്ട് വെക്കപ്പെടുന്നത്. എ.കെ. പിള്ളയാണ് ദാരിദ്ര്യമനുഭവിക്കുന്ന ജനങ്ങളുടെ നേതൃത്വത്തിൽ അധികാരികളെ കാണാൻ പട്ടിണിജാഥയെന്ന പേരിൽ ജാഥ നടത്താമെന്ന ആശയം അവതരിപ്പിക്കുന്നത്. പ്രാദേശിക ജാഥകൾ നടത്തി മലബാറിലെ ഭരണാധികാരികളുടെ ശ്രദ്ധയിലേക്ക് വിഷയം കൊണ്ടുവരിക എന്നായിരുന്നു ലക്ഷ്യം. ഇത് കമ്മിറ്റി അംഗീകരിക്കുകയും വിവിധ സ്ഥലങ്ങളിൽ പ്രവർത്തനങ്ങൾ സംഘടിപ്പിക്കുകയും ചെയ്തു.

കെ.പി.ആർ ഗോപാലന്റെ നേതൃത്വത്തിൽ കല്യാശ്ശേരിയിൽ നിന്നും ഒരു ജാഥ കാൽനടയായി കൂത്തുപറമ്പിൽ എത്തി. ആയിരത്തോളം പേർ അണിനിരന്ന കൂറ്റൻ ജാഥ കൂത്തുപറമ്പിൽനിന്ന് തലശ്ശേരിയിലേക്കു പറപ്പെട്ടു. ഓരോ പ്രദേശത്തുനിന്നും ആളുകൾ ജാഥയിൽ അണിചേർന്നു. തലശ്ശേരി സബ് കലക്ടറുടെ നേതൃത്വത്തിൽ ജാഥാനേതൃത്വവുമായി സംസാരിച്ചു. തനിക്ക് ചെയ്യാൻ കഴിയാവുന്നത് ചെയ്യാമെന്നും മറ്റു കാര്യങ്ങൾ ഗവർമെന്റിന്റെ ശ്രദ്ധയിൽപെടുത്താമെന്നും അദ്ദേഹം സമ്മതിച്ചു.

അതിനുശേഷം തലശ്ശേരി കടപ്പുറത്ത് വമ്പിച്ച പൊതുയോഗം നടന്നു. പ്രചരണ പ്രവർത്തനങ്ങളിലും പങ്കാളിത്തത്തിലും ജാഥയുണ്ടാക്കിയ വലിയ മുന്നേറ്റം നേതാക്കളിൽ ആവേശമുണർത്തി. ആ ആവേശത്തിൽ നിന്നാണ് മദിരാശിയിലേക്ക് പട്ടിണി ജാഥ പുറപ്പെടാനുള്ള ഐതിഹാസിക പ്രഖ്യാപനമുണ്ടായത്. പട്ടിണി ജാഥ പ്രഖ്യാപിക്കുന്ന സമയം കോൺഗ്രസ് സോഷ്യലിസ്റ്റ് പാർട്ടിയിൽ വലിയ ഭിന്നിപ്പുണ്ടായിരുന്നു. എ.കെ.ജിയും ചന്ദ്രോത്ത് കുഞ്ഞിരാമൻ നായരും പാർട്ടിയിൽ നിന്നും രാജിവെച്ചു. സോഷ്യലിസ്റ്റ് നേതാക്കൾ ഗാന്ധിയൻ കോൺഗ്രസുകാർക്കെതിരെ മോശമായ പരാമർശം നടത്തുന്നു എന്ന് ഉൾപ്പെടെ വലിയ ആക്ഷേപങ്ങൾ അവർ ഉന്നയിച്ചു. കോൺഗ്രസിനകത്ത് യോജിപ്പില്ലാതെ കലഹത്തിന് സി.എസ്.പി നേതൃത്വം കൊടുക്കുന്നു എന്നത് വലിയ ആക്ഷേപമായി ഉയർന്നുവന്നു. കോൺഗ്രസ് സോഷ്യലിസ്റ്റ് പാർട്ടിയിൽ തന്നെഉണ്ടായ ഈ വേർതിരിവ് കെ.പി.സി.സി തെരഞ്ഞെടുപ്പിൽ പ്രതിഫലിക്കുകയും സി.എസ്. പി. നേതാക്കളായ സി.എച്ച്. കണാരനും, കുഞ്ഞിരാമൻ മാസ്റ്ററും പരാജയപ്പെടുകയും മത്സരിച്ച എ.കെ.ജി.യും ചന്ദ്രോത്തും വിജയിക്കുകയും ചെയ്യുന്നതിൽ കലാശിച്ചു. മൂർച്ഛിച്ചുവന്ന ഈ അഭിപ്രായ വ്യത്യാസം മുതലെടുക്കാൻ വലതുപക്ഷ കോൺഗ്രസുകാർ ശ്രമിക്കുകയും ചെയ്തു. കൃഷ്ണപിള്ള അതെക്കുറിച്ച് ഇങ്ങനെ എഴുതി.

'ആദ്യകാലത്ത് കേരളപാർട്ടിക്കകത്ത് ചില കുഴപ്പങ്ങളുണ്ടായിരുന്നു. അവ അത്ര ഗൗരവമുള്ളതായിരുന്നില്ല. എങ്കിലും ഗാന്ധിയൻ നേതാക്കൻമാർ അതിനെ ചൂഷണം ചെയ്യാൻ പഠിച്ച പണി പതിനെട്ടും നോക്കി. നമ്മുടെ പ്രമാണപ്പെട്ട സഖാക്കളിൽ രണ്ടു പേർക്ക് പാർട്ടിനേതൃത്വത്തിലെ ഒരു വിഭാഗവുമായി അഭിപ്രായ വ്യത്യാസമുണ്ടായി. ഈ അസുഖകരമായ പരിതസ്ഥിതിയിലാണ് അവർ ഒരു പട്ടിണിജാഥനയിക്കാൻ തീരുമാനിച്ചത് ഈ സഖാക്കളെ പാട്ടിലാക്കി ഈ സംരംഭത്തെ തങ്ങളുടെ നേതൃത്വത്തിൽ കൊണ്ടുവരാൻ ഗാന്ധിയൻ നേതാക്കൾ ആഗ്രഹിച്ചു. പക്ഷേ കമ്യൂണിസ്റ്റുകാരെ

'പാട്ടിലാക്കൽ' അങ്ങനെയൊന്നില്ല? നമ്മുടെ ഈ സഖാക്കൾക്ക് പാർട്ടി നേതൃത്വവുമായി അഭിപ്രായ വ്യത്യാസമുണ്ടായിരുന്നെങ്കിലും പാർട്ടിയുടെ ആദർശവുമായി യാതൊരു ഭിന്നാഭിപ്രായവുമുണ്ടായിരുന്നില്ല. പട്ടിണി ജാഥയിൽ ചേരാൻ പാർട്ടി തീരുമാനിച്ചു. ജാഥയെ പാർട്ടിയുടെ നേതൃത്വത്തിലാക്കി. ഈ രണ്ടുസഖാക്കളെയും വീണ്ടും നമ്മളുമായി കൂട്ടിയിണക്കുകയെന്ന ഗുരുമാലുപിടിച്ച ജോലി കെ.പി. ആറിനു കൊടുത്തു. അങ്ങനെത്തന്നെ അദ്ദേഹം ചെയ്തു. അതിനെ ഒരു പാർട്ടി ജാഥയാക്കി. ഗാന്ധിസ്റ്റുകൾ തോറ്റു. ആ പാർട്ടി സഖാക്കൾ അഭിപ്രായ വ്യത്യാസങ്ങളെല്ലാം മറന്ന് പാർട്ടിയെ മുന്നോട്ടു കൊണ്ടുപോകാൻ മറ്റുള്ളവരുമായി ഒത്തുപിടിച്ച് വീണ്ടും കേരള പാർട്ടിയിൽ അടിയുറച്ചു നിന്നു.'

നവയുഗപിറവി- ആണ്ടലാട്ട് പുറം 104-105

കണ്ണൂരിലെത്തിയ കൃഷ്ണപിള്ള രാഷ്ട്രീയ സാഹചര്യങ്ങൾ പൂർണ്ണമായി പഠിച്ച് പട്ടിണി ജാഥയുടെ മുഖ്യ സംഘാടകനായി മാറുകയായിരുന്നു. പരമാവധി കോൺഗ്രസ് സോഷ്യലിസ്റ്റ് പാർട്ടി പ്രവർത്തകരെ ജാഥാംഗങ്ങളാക്കുകയും ചെയ്തു. എ കെ ജിയെയും ചന്ദ്രോത്തിനെയും കൂടെ നിർത്തി ജാഥയെ തങ്ങളുടെ നേതൃത്വത്തിലേക്ക് കൊണ്ടുവരാനുള്ള വലതു പക്ഷ കോൺഗ്രസുകാരുടെ ശ്രമത്തെ കൃഷ്ണപിള്ള പരാജയപ്പെടുത്തി. അവരെ വീണ്ടും ഇടതുപാളയത്തിൽ ഉറപ്പിച്ചുനിർത്താൻ അദ്ദേഹം കെ.പി.ആറിനെയാണ് ചുമതലപ്പെടുത്തിയത്. അദ്ദേഹം അത് ഭംഗിയായി നിർവ്വഹിക്കുകയും ചെയ്തു.

പട്ടിണിജാഥയുടെ ചരിത്രമില്ലാതെ കോൺഗ്രസ് സോഷ്യലിസ്റ്റ് പാർട്ടിയുടെയും കമ്യൂണിസ്റ്റ് പാർട്ടിയുടെയും ചരിത്രം അപൂർണ്ണമായിരിക്കും. കാരണം മലബാറിൽ മാത്രമല്ല ദക്ഷിണേന്ത്യയിൽ മുഴുക്കെ ഒരു ബഹുജനസമരം വളർത്തിയെടുക്കുന്നതെങ്ങനെയെന്നതിന്റെ പ്രത്യക്ഷ ഉദാഹരണമായിരുന്നു പട്ടിണി സമരം.

ഒരു ഘട്ടത്തിൽ മദ്രാസിലേക്കുള്ള ജാഥ പൂർണ്ണമായി വിജയിപ്പിക്കാൻ കഴിയില്ലെന്ന തോന്നലും നേതൃത്വം കൊടുക്കുന്ന 2 പ്രധാന സഖാക്കളും സി.എസ്.പിയിൽ ഇല്ലാത്തവരാണെന്ന കാരണത്താലും ജാഥ തന്നെ ഉപേക്ഷിക്കണമെന്ന ആലോചന നടത്തുകയും ചെയ്തു. ഇക്കാര്യങ്ങൾ സംസാരിക്കുന്നതിന് കൃഷ്ണപിള്ളയെയാണ് കോൺഗ്രസ് സോഷ്യലിസ്റ്റ് പാർട്ടി ചുമതലപ്പെടുത്തിയത്.

1936 ജൂലൈ 1ന് എ കെ ജി യുടെ നേതൃത്വത്തിൽ കണ്ണൂരിൽ നിന്നും പട്ടണി ജാഥ പ്രയാണമാരംഭിച്ചു. എ കെ ജി ജാഥയുടെ ഡയറക്ടറും ചന്ദ്രോത്ത് കുഞ്ഞിരാമൻ നായർ സെക്രട്ടറിയുമായിരുന്നു.

മലബാറിലുടനീളം വമ്പിച്ച പ്രചാരണമാണ് ജാഥയുടെ ഭാഗമായി നടന്നത്. അന്നുവരെയുണ്ടായിരുന്ന സമര ചരിത്രത്തിലെ അത്ഭുത കരവും സാഹസികവുമായ ഒരു ദൗത്യമായിരുന്നു പട്ടിണി ജാഥ. 750 മൈൽ കാൽനടയായി യാത്ര ചെയ്യുക, അഞ്ഞൂറിലധികം പൊതുയോഗങ്ങളിലായി ഏകദേശം രണ്ടരലക്ഷത്തോളം ജനങ്ങ ളുമായി സംവദിക്കുക തുടങ്ങി ചരിത്രത്തിൽ ഇടം പിടിച്ച സമരമായി പട്ടിണിജാഥമാറി.

കോൺഗ്രസ് സോഷ്യലിസ്റ്റ് പാർട്ടി ഒരു ഘട്ടത്തിൽ ഉപേക്ഷി ക്കാൻ പോലും തീരുമാനിച്ച പട്ടിണിജാഥ മലബാറിനെ ഇളക്കി മറിച്ചു. ജാഥയ്ക്കാവശ്യമായ വളണ്ടിയർമാരെ നിയമിക്കുക മാത്രമല്ല മലബാറിലുട നീളം സഞ്ചരിച്ച് ജാഥയ്ക്കുള്ള സ്വീകരണവും ഭക്ഷണവും സാമ്പത്തിക സഹായവും സംഘടിപ്പിക്കുന്നതിന് കൃഷ്ണപിള്ള അഹോരാത്രം പ്രവർത്തിച്ചു. പ്രതിസന്ധി ഘട്ടങ്ങളിലും ജാഥയിൽ ഭാഗവാക്കായ ലക്ഷക്കണക്കിന് സാധാരണക്കാരും അവരിലൂടെ നടത്തിയ പ്രചാരണവും വിവരാണാതീതമായിരുന്നു. മലബാറിലെ സ്വീകരണത്തിനും പ്രചരണത്തിനും മാത്രമല്ല സേലത്തും, ഈറോഡും, മദിരാശിയിലും ജാഥയെ വരവേൽക്കുന്നതിനാവശ്യ മായ സഹായങ്ങൾ ഒരുക്കിക്കൊടുക്കുന്നതിലും കൃഷ്ണപിള്ളതന്നെയാ യിരുന്നു മുൻപിൽനിന്നു പ്രവർത്തിച്ചത്.

ജാഥയുടെ പൈലറ്റായി പി. ഗോപാലനും പ്രസിദ്ധീകരണ ചുമതലക്കാരൻ സി.സി. ഗോപിയുമായിരുന്നു. 25000ലധികം ലഘു ലേഖകൾ സമരപ്രചരണത്തിന്റെ ഭാഗമായി വിറ്റഴിച്ചു. ലഘുലേഖ വിൽപനയുടെ ചുമതല കെ. ചാത്തുക്കുട്ടിക്കായിരുന്നു.

വിശപ്പിന്റെയും പട്ടിണിയുടെയും കാരണങ്ങളെന്താണെന്ന് ജനങ്ങളെ പഠിപ്പിക്കുകയും സമൂഹത്തിൽ ഇത്തരം ദുരവസ്ഥകൾ മാറ്റുന്നതിന് എന്താണ് ചെയ്യേണ്ടത് എന്നു ബോധ്യപ്പെടുത്തുകയും ചെയ്യുക എന്നതായിരുന്നു ജാഥയുടെ പ്രാഥമികലക്ഷ്യം. അധികാരി കൾക്കുമുന്നിൽ ഇങ്ങനെയും ഒരു ജനത ജീവിക്കുന്നു എന്ന് കാണിച്ചു കൊടുക്കുക എന്നതായിരുന്നു മറ്റൊരു ലക്ഷ്യം. ഇത് നിറവേറ്റുന്ന തരത്തിൽ പട്ടിണിജാഥ വിജയിപ്പിക്കാൻ നേതൃത്വത്തിന് കഴി ഞ്ഞിട്ടുണ്ട്.

ജനങ്ങളെ ആകർഷിക്കുന്ന തരത്തിലുള്ള സമരഗാനങ്ങൾ ജാഥയ്ക്ക് മാറ്റ് കൂട്ടി. പുതിയ പാട്ടുകൾ രചിക്കപ്പെടുകയും അത് പുസ്തകങ്ങളാ ക്കി വിതരണം നടക്കുകയും ചെയ്തു. കെ.പി.ആർ ഗോപാലനായി രുന്നു പാട്ടുകളുടെ ചുമതലക്കാരൻ. പുതിയ പുതിയ മുദ്രാവാക്യങ്ങൾ

ജാഥയിലുയർന്നുവന്നു. ജാഥ ലക്ഷ്യം കാണുന്നത് നാടാകെ പടർന്നു പിടിച്ച മുദ്രാവാക്യങ്ങളിലൂടെയും പാട്ടുകളിലൂടെയുമായിരുന്നു. മുദ്രാവാക്യത്തിന്റെ ചുമതലക്കാരൻ വടകരക്കാരനായ എം.കെ. കേളുവായിരുന്നു. ഗവൺമെന്റ് വളരെ ശ്രദ്ധയോടെയാണ് സമരരീതികൾ വീക്ഷിച്ചത്. ഓരോ കേന്ദ്രങ്ങളിലും ജാഥയോടൊപ്പം മാറ്റി മാറ്റി പോലിസുകാരെ നിയോഗിച്ചു.

1936 ജൂലൈ 1 ന് ആരംഭിച്ച ജാഥ ആഗസ്റ്റ് 28നാണ് അവസാനിപ്പിക്കുന്നത്. മദിരാശിയിൽ എത്തിയ ജാഥയ്ക്ക് ഊഷ്മളമായ വരവേൽപാണ് ലഭിച്ചത്. മദ്രാസ് അന്നുവരെ കണ്ടതിൽ വെച്ചേറ്റവും ഉജ്വലമായ റാലിയാണ് നടന്നത്. 3000 പേർ ഘോഷയാത്രയായി വന്ന് സ്വീകരിച്ചു. ജാഥാംഗങ്ങൾ കോൺഗ്രസ് മന്ദിരത്തിൽ യോഗം ചേർന്ന് മദിരാശി നിയമസഭയിലേക്ക് മാർച്ച് നടത്താൻ തീരുമാനിച്ചു.

നിയമസഭാ മന്ദിരത്തിലേക്ക് മാർച്ച് നടന്നെങ്കിലും നിവേദനം സമർപ്പിക്കാൻ അനുമതി ലഭിക്കാത്തത് പ്രതിസന്ധി സൃഷ്ടിച്ചു. സമരസമിതി യോഗം ചേർന്ന് പിറ്റേന്ന് വീണ്ടും ശക്തമായ മാർച്ച് നടത്താൻ തീരുമാനിച്ചു മാർച്ചിനെ പോലീസ് തടഞ്ഞു. നിയമലംഘനം നടത്തി ജയിലിൽ പോകുന്നത് ഈ ഘട്ടത്തിൽ ഗുണമല്ലെന്ന് നേതൃത്വം തിരിച്ചറിഞ്ഞു. പോലീസിന്റെ ഇടപെടലിന്റെ കൂടി ഭാഗമായി എ.കെ.ജി, ചന്ദ്രോത്ത്, എം.സി നാരായണൻ നമ്പ്യാർ തുടങ്ങിയ നേതാക്കൾ മദിരാശി ഗവർണറെക്കണ്ട് നിവേദനം സമർപ്പിച്ചു.

പട്ടിണിക്കാരുടെ പ്രശ്നങ്ങൾ പരിഹരിക്കുന്ന നയങ്ങളോ നിർദ്ദേശങ്ങളോ സർക്കാറിന്റെ ഭാഗത്തു നിന്നുണ്ടായില്ലെങ്കിലും ദക്ഷിണേന്ത്യയിലാകെ ചലനം സൃഷ്ടിച്ച ഈ ജാഥയുണ്ടാക്കിയ ആവേശം കേരളത്തിലെ ഇടത് പക്ഷ മുന്നേറ്റത്തിന് ചെറുതല്ലാത്ത സംഭാവനയാണ് നൽകിയത്.

●

കമ്യൂണിസ്റ്റ് പാർട്ടിയിലേക്ക്

കമ്യൂണിസ്റ്റ് പാർടിയിലേക്ക് ആകൃഷ്ടനായതിനെ കുറിച്ച് ദേശാഭിമാനിയിൽ വന്ന സഖാവിന്റെ ലേഖനത്തിൽനിന്ന്.

'എന്താണീ ബോംബെയിൽവെച്ച ചേർന്ന കമ്യൂണിസ്റ്റ് കോൺഗ്രസ്? എന്തിനാണീ കോൺഗ്രസ് കൂടിയത്? ഇതും ഇന്ത്യൻ നാഷണൽ കോൺഗ്രസുമായി വല്ല എതിർപ്പോ അഭിപ്രായൈക്യമോ ഉണ്ടൊ? എന്താണീ കോൺഗ്രസുകൊണ്ട് നമ്മുടെ നാട്ടിന്നാകെ, സ്വാതന്ത്ര്യപ്രസ്ഥാനത്തിനാകെ, ഉണ്ടായിട്ടുള്ള നേട്ടം? ഈ ചോദ്യങ്ങൾക്കു ഒരു പഴയ കോൺഗ്രസുകാരനെന്ന നിലയിലും ഇന്നൊരു കമ്യൂണിസ്റ്റുകാരനെന്ന നിലയിലും ഞാൻ ഉത്തരം പറയാനാഗ്രഹിക്കുന്നു.

ഞാൻ ഒരു കോൺഗ്രസുകാരനായി 1930-ൽ നിയമലംഘനകാലത്ത് കോൺഗ്രസിൽവന്നു. ഇന്ത്യയുടെ സ്വാതന്ത്ര്യം സമ്പാദിക്കലായിരുന്നു എന്റെ ഉദ്ദേശം. ഈ ഉദ്ദേശം കോൺഗ്രസിനുള്ളതുകൊണ്ടു ഞാൻ കോൺഗ്രസിൽ ചേർന്നു. എന്നാൽ കോൺഗ്രസിന്റെ മാർഗം അതിന്റെ ലക്ഷ്യത്തിലെത്തിക്കയില്ലെന്നെനിക്ക് ബോധ്യപ്പെട്ടു. ഞാൻ മറ്റു സംഘടനകളിലേക്ക് നോക്കാൻ തുടങ്ങി. പല സംഘടനകളുടെ പരിപാടികൾ പരിശോധിച്ചു. അവസാനം ഇന്ത്യൻ കമ്യൂണിസ്റ്റുപാർട്ടിക്കു മാത്രമെ ഇന്ത്യയെ അതിന്റെ ലക്ഷ്യത്തിലെക്കെത്തിക്കാൻ സാധിക്കുകയുള്ളൂ എന്നെനിക്ക് മനസ്സിലായി. ഞാൻ കമ്യൂണിസ്റ്റ് പാർട്ടിയിൽ ചേർന്നു.

1834ലാണ് ഞാൻ ആദ്യമായി ഒരു അഖിലേന്ത്യാസമ്മേളനം കണ്ടത്. അതു ബോംബെയിൽ വ#ർളിയിൽവെച്ച കൂടിയ ഇന്ത്യൻ നാഷണൽ കോൺഗ്രസ് സമ്മേളനമാണ്. ആ കാലത്തുതന്നെയാണ് ഞാൻ ആദ്യമായി ഒരു കമ്യൂണിസ്റ്റുകാരനെ കണ്ടതും. കോൺഗ്രസ് സോഷ്യലിസ്റ്റ് പാർട്ടി സമ്മേളനത്തിൽവെച്ചായിരുന്നു ആദ്യം ഞാൻ കമ്യൂണിസ്റ്റ് പാർട്ടി പ്രതിനിധിയായ സഖാവ് ബാട്ലിവാലയെ കണ്ടത്. നല്ല ഉശിരും വാശിയുള്ള പ്രസംഗം, എന്തും നേരിടാനുള്ള

സന്നദ്ധത. രണ്ടോ നാലോ പേരെയുള്ളുവെങ്കിൽകൂടി എല്ലാ പ്രമേയങ്ങളിലും ഭേദഗതികൾകൊണ്ടുവന്നു അതു മറ്റുള്ളവരെക്കൊണ്ടു സ്വീകരിപ്പിക്കാനുള്ള കഴിവ്-ഇതെല്ലാം ഞാൻ കമ്യൂണിസ്റ്റുകാരിൽ കണ്ടു. കോൺഗ്രസ് സോഷ്യലിസ്റ്റ് പാർട്ടിയിലെ ഇന്നത്തെ അഞ്ചാം പത്തിക്കാരായിത്തീർന്ന ജയപ്രകാശ്, അച്യുത് പടവർധൻ മുതലായ നേതാക്കൻമാരോടായിരുന്നു അന്ന് എനിക്കു കൂടുതൽ അടുപ്പമെങ്കിലും അവരുടെ എതിർപ്പിനെക്കൂടി വകവെക്കാതെ ഞാനും മറ്റു പല സഖാക്കളും അന്നു കമ്യൂണിസ്റ്റുകാരുടെ പല ഭേദഗതികൾക്കും വോട്ടുചെയ്യുകയുണ്ടായി.

അന്നാണ് ആദ്യമായി ഞാൻ ഒരു കമ്യൂണിസ്റ്റ് ലഘുലേഖ വായിച്ചത്. കോൺഗ്രസ് പന്തലിലേക്കുള്ള തൊഴിലാളികളുടെ ഉശിരു പിടിച്ച ഒരു ഘോഷയാത്ര എന്നെ ആവേശം കൊള്ളിച്ചു. ഞങ്ങൾ അന്ന് ബോംബെയിലുള്ളപ്പോഴാണ് കമ്യൂണിസ്റ്റ് പാർട്ടിയെ ഗവൺമെൻറ് നിയമവിരുദ്ധമാക്കിയത്.'

സജീവ കോൺഗ്രസ് പ്രവർത്തണകനായിമാറുന്നതിനുമുമ്പ് വൈക്കം സത്യാഗ്രഹക്കാലത്തും, പിന്നീട് ഗുരുവായൂർ സത്യാഗ്രഹത്തിനും ഉപ്പുസത്യാഗ്രഹത്തിനും പങ്കെടുത്ത കാലത്തെയും അഹിംസാധിഷ്ഠിതമായ കോൺഗ്രസ് നയം കൊണ്ടുമാത്രം ഒരു സമരവും വിജയിപ്പിക്കാൻ കഴിയില്ല എന്നതായിരുന്നു കൃഷ്ണപിള്ളയുടെ തിരിച്ചറിവ്. കോൺഗ്രസിലെ വലതുപക്ഷ നേതൃത്വത്തോട് ഏറ്റുമുട്ടുകയും അതിലൂടെ ഇടതുപക്ഷ കോൺഗ്രസ് നേതൃത്വത്തിലേക്ക് വളരുകയും ചെയ്ത കൃഷ്ണപിള്ള പതിയെ കമ്യൂണിസ്റ്റ് ആശയ പാതയിലേക്ക് തിരഞ്ഞു. ജയിൽ വാസക്കാലത്തും കോൺഗ്രസ്, കോൺഗ്രസ് സോഷ്യലിസ്റ്റ് പാർട്ടി സമ്മേളനക്കാലത്തും; അനുശീലൻ സമിതിയോടാഭിമുഖ്യമുണ്ടായിരുന്ന കാലത്തും അടുത്തിടപഴകിയ വിവിധ നേതാക്കളുടെ സ്വാധീനവും തൊഴിലാളി കർഷക വിഭാഗങ്ങളുടെ സംഘാടനകാലത്തെ അനുഭവങ്ങളും കൃഷ്ണപിള്ളയെ ഒരു ഉറച്ച കമ്യൂണിസ്റ്റുകാരനാക്കി മാറ്റി.

1920 ൽ സോവിയറ്റ് യൂണിയനിലെ താഷ്കന്റിൽ കമ്യൂണിസ്റ്റ് ഇന്റർനാഷണലിന്റെ സഹായത്തോടെ കമ്യൂണിസ്റ്റ് പാർട്ടി ഓഫ് ഇന്ത്യ രൂപീകരിക്കപ്പെട്ടു. എം.എൻ. റോയി, എവ്ലിന് റോയി, അബനി മുഖർജി, റോസാഫിറ്റിങ്ഗോ, മുഹമ്മദാലി, മുഹമ്മദ് ഷഫീക്ക് സിദ്ദീഖി, എം.പി. ബി.ടി. ആചാര്യ എന്നിവരാണ് 1920 ഒക്ടോബർ 17ന് നടന്ന രൂപീകരണ യോഗത്തിൽ പങ്കെടുത്തത്. പാർട്ടിരൂപീകരണത്തിനുശേഷം സെക്രട്ടറിയായ മുഹമ്മദ് ഷഫീക്ക് സിദ്ധീഖി അടക്കമുള്ള നേതാക്കൾ ഇന്ത്യയിൽ തിരിച്ചെത്തി പ്രവർത്തനങ്ങൾ

സംഘടിപ്പിക്കാനുള്ള ശ്രമമാരംഭിച്ചു. പക്ഷേ ഭരണകൂടം വളരെ സംശയത്തോടെയാണ് ഇത്തരം ഗ്രൂപ്പുകളെ കണ്ടത്.

1922 ലെയും 24ലെയും പെഷവാർ ഗൂഢാലോചന കേസിലും 1924 ലെ കാൺപൂർ ഗൂഢാലോചന കേസിലും പ്രതിയാക്കപ്പെട്ട് നേതാക്കൾ അറസ്റ്റ് ചെയ്യപ്പെട്ടു. പ്രവർത്തനത്തിനുള്ള എല്ലാ സാധ്യതകളും അടഞ്ഞതോടെ പ്രവർത്തനരംഗത്ത് നിന്ന് പാർട്ടി പതുക്കെ പിൻവാങ്ങി.

1925 ഡിസംബർ 28 മുതൽ 30വരെ കാൺപൂരിൽ ചേർന്ന സമ്മേളനത്തിലാണ് ഇന്ത്യൻ മണ്ണിൽ വെച്ച് ആദ്യമായി ഒരു കമ്യൂണിസ്റ്റ് പാർട്ടി രൂപം കൊള്ളുന്നത്. ഈ സംഘടന പ്രവർത്തനഘട്ടത്തിലേക്ക് കടക്കുമ്പോഴേക്കും 1929-ൽ മീററ്റ് ഗൂഢാലോചനാക്കേസിൽ പ്രതികളാക്കി നേതാക്കളെ ജയിലിലടച്ചതോടെ ആ സംവിധാനവും തകർന്നു.

മീററ്റ് ഗൂഢാലോചനക്കേസിൽ ശിക്ഷിക്കപ്പെട്ട നേതാക്കൾ ജയിൽ മോചിതരായതിനുശേഷം 1933 കൽക്കത്തയിൽ ചേർന്ന രഹസ്യയോഗം കമ്യൂണിസ്റ്റ് പാർട്ടി പുനഃസംഘടിപ്പിക്കാൻ തീരുമാനിച്ചു. കേന്ദ്രകമ്മിറ്റിയും പോളിറ്റ് ബ്യൂറോയും നിലവിൽ വന്നു.

പുതിയ പാർട്ടി പരിപാടി അംഗീകരിച്ചതിനെ തുടർന്ന് പ്രാദേശികമായി പാർട്ടി ഘടകങ്ങൾ ഉണ്ടാക്കാനുള്ള ശ്രമങ്ങൾ ആരംഭിച്ചു. വ്യത്യസ്തമേഖലകളിലായി നേരത്തെ ആരംഭിച്ച തൊഴിലാളി സംഘടനകളെ കൂടുതൽ പ്രവർത്തന സജ്ജമമാക്കാനുള്ള പദ്ധതികളാവിഷ്കരിച്ചു.

സ്വാതന്ത്ര്യസമര പ്രസ്ഥാനത്തിലും തൊഴിലാളി പ്രവർത്തനങ്ങളിലും പങ്കാളികളായ വ്യക്തികളെയും ഗ്രൂപ്പുകളെയും കമ്യൂണിസറ്റ് പാർട്ടിയുമായി ബന്ധിപ്പിക്കാനുള്ള രഹസ്യമായ പ്രവർത്തനങ്ങൾ സംഘടിപ്പിക്കപ്പെട്ടു. ഉത്തരേന്ത്യയിലെ തൊഴിൽ മേഖലയെയാകെ സ്തംഭിപ്പിച്ച തൊഴിലാളി പണിമുടക്ക് നടന്നതോടെ 1934 ജൂലൈ മാസത്തിൽ കമ്യൂണിസ്റ്റ് പാർട്ടി വീണ്ടും നിരോധിക്കപ്പെട്ടു.

നിരോധിക്കപ്പെട്ടെങ്കിലും തൊഴിലാളികളെയും കൃഷിക്കാരെയും സംഘടിപ്പിക്കുന്നതിലും രഹസ്യമായി പലയിടങ്ങളിലും പാർട്ടി ഘടകങ്ങൾ രൂപീകരിക്കപ്പെടുകയും പ്രവർത്തിക്കുകയും ചെയ്തുകൊണ്ടിരുന്നു. ഇതിന്റെ ഭാഗമായിരുന്നു എസ്. വി. ഘട്ടേയുടെ കേരള സന്ദർശനവും കമ്യൂണിസ്റ്റ് ഗ്രൂപ്പിന്റെ രൂപീകരണവും.

1934-ൽ ബോംബെയിൽ നടന്ന കോൺഗ്രസ് സോഷ്യലിസ്റ്റ് പാർട്ടിസമ്മേളനത്തിലാണ് കൃഷ്ണപിള്ള കമ്യൂണിസ്റ്റ് ഗ്രൂപ്പുമായി അടുക്കുന്നത്. കമ്യൂണിസ്റ്റ് നേതാവായിരുന്ന ബാട്‌ലിവാലയെ പരിചയപ്പെടുന്നത് അവിടെവെച്ചാണ്. അദ്ദേഹത്തിന്റെയും കൂട്ടരുടെയും സമ്മേളനത്തിലെ സക്രിയമായ ഇടപെടലുകളും കൃഷ്ണപിള്ളയെ നന്നായി സ്വാധീനിച്ചു. കുറച്ചാളുകളെയുള്ളുവെങ്കിലും കോൺഗ്രസ് സമ്മേളനത്തിൽ കൊണ്ടുവന്ന ഭേദഗതി നിർദ്ദേശങ്ങളും അത് വിജയിപ്പിക്കാൻ നടത്തിയ ഇടപെടലുകളും ശ്രദ്ധേയമായിരുന്നു. കോൺഗ്രസിനെ ഒരു സോഷ്യലിസ്റ്റ് സംഘടനയാക്കി മാറ്റുക എന്ന ലക്ഷ്യമായിരുന്നു സമ്മേളനത്തിനുണ്ടായിരുന്നത്. കമ്യൂണിസ്റ്റുകാരും റോയിസ്റ്റുകളും ഇതിനെ ശക്തമായി എതിർത്തു. കാരണം കോൺഗ്രസിന്റെ വർഗ്ഗസ്വഭാവം വെച്ച് അതിന് സോഷ്യലിസ്റ്റാവാൻ കഴിയില്ല എന്നവർ വാദിച്ചു.

ഇത്തരം ചർച്ചകളുടെ അടിസ്ഥാനത്തിൽ കോൺഗ്രസ്സിനെ ഒരു യഥാർത്ഥ സാമ്രാജ്യത്വവിരുദ്ധ സംഘടനയാക്കി മാറ്റുക എന്ന രീതിയിൽ ലക്ഷ്യപ്രമേയത്തിൽ മാറ്റം വരുത്തിക്കൊണ്ട് സി.എസ്.പി. തീരുമാനമെടുത്തു. കോമിന്റേണിന്റെ 7-ാം കോൺഗ്രസ്സ് ഫാസിസത്തിനെതിരെ മുന്നോട്ടു വെച്ച വിശാല ഐക്യമുന്നണി സാക്ഷാൽക്കരിക്കാൻ കമ്യൂണിസ്റ്റുകാരും മുന്നോട്ടു വന്നു.

പി. സുന്ദരയ്യയുടെ വളരെ ബുദ്ധിപൂർവ്വമായ ഇടപെടലുകളാണ് കൃഷ്ണപിള്ളയെയും ഇ.എം.എസിനെയും പോലെയുള്ള സി.എസ്.പി നേതാക്കളെ കമ്യൂണിസ്റ്റ് പാർട്ടിയിലേക്ക് അടുപ്പിക്കുന്നത്. കാഡർമാരെ കണ്ടെത്താനും അവരെ രാഷ്ട്രീയ വൽക്കരിക്കാനുമുള്ള നിരന്തരമായ പരിശ്രമമാണ് അക്കാലത്ത് സുന്ദരയ്യ നടത്തിയിരുന്നത്. കമ്യൂണിസ്റ്റ് പാർട്ടി കേന്ദ്രകമ്മിറ്റിയംഗങ്ങളായിരുന്ന സുന്ദരയ്യയും എസ്.വി. ഘാട്ടേയും നിരവധി തവണ കേരളത്തിൽ വരികയും സഖാവുമായി വലിയ ബന്ധം സ്ഥാപിക്കുകയും ചെയ്തിരുന്നു.

കേരളത്തിലെ തൊഴിലാളി സംഘാടകനെന്ന നിലയിൽ കൃഷ്ണപിള്ളയെപ്പോലെ നിരന്തരമായി പ്രവർത്തിക്കുന്ന വ്യക്തികൾ ഏറെയുണ്ടായിരുന്നില്ല. മലബാറിലും കൊച്ചിയിലും തിരുവിതാംകൂറിലും ഓടി നടന്ന് തൊഴിലാളികളെയും കൃഷിക്കാരെയും സംഘടിപ്പിക്കുന്നതിന് വ്യാപൃതമായ സമായത്താണ് കേരളത്തിൽ രഹസ്യമായി പ്രവർത്തിക്കുന്ന ഒരു കമ്യൂണിസ്റ്റ് ഗ്രൂപ്പ് രൂപീകരിക്കാൻ സി.പി.ഐ. കേന്ദ്ര നേതൃത്വം തീരുമാനിക്കുന്നത്. അതിന്റെ അടിസ്ഥാനത്തിൽ കേന്ദ്രനേതാക്കൾ നിരന്തരമായ ചർച്ചകളും സംവാദങ്ങളും സടത്തി

വ്യക്തികളെയും ഗ്രൂപ്പുകളെയും യോജിപ്പിക്കാനുള്ള പരിപാടികളും തയ്യാറാക്കി.

കേന്ദ്രകമ്മിറ്റി നിർദ്ദേശം പ്രകാരം കേരളത്തിലെ ആദ്യത്തെ കമ്യൂണിസ്റ്റ് ഗ്രൂപ്പ് രൂപീകരിക്കുന്നതിനായി എസ്.വി. ഘാട്ടേ കോഴിക്കോട്ടെത്തി. സംസാരിച്ച മുഴുവനാളുകളും നിർദ്ദേശിച്ചത് കൃഷ്ണപിള്ളയെ കാണാനാണ്. അങ്ങനെ ഫറോക്കിലെ യൂണിയനാഫീസിൽ വെച്ച് കൃഷ്ണപിള്ളയുമായി അദ്ദേഹം സംസാരിച്ചു. അങ്ങനെയാണ് 1937 ജൂൺ മാസത്തിൽ കോഴിക്കോട്ടെ തിരുവണ്ണൂരിൽ കമ്യൂണിസ്റ്റ് പാർട്ടിഘടകം രൂപീകരിക്കുന്നത്. യോഗത്തിൽ പി. കൃഷ്ണപിള്ള ഇ.എം. എസ് നമ്പൂതിരിപ്പാട്, കെ. ദാമോദരൻ എൻ.സി. ശേഖർ എന്നിവരാണ് പങ്കെടുത്തത്. കേന്ദ്രകമ്മിറ്റിയെ പ്രതിനിധീകരിച്ച് എസി.വി. ഘാട്ടേയും യോഗത്തിൽ പങ്കെടുത്തു. കോൺഗ്രസ് സോഷ്യലിസ്റ്റ് പാർട്ടിക്കകത്ത് പ്രവർത്തിക്കാവുന്ന ഒരു ഫ്രാക്ഷൻ എന്ന നിലയ്ക്കാണ് ഘടകം യാഥാർത്ഥത്തിൽ രൂപീകരിച്ചത്.

ഇതിനുമുമ്പ് 1931ൽ തിരുവിതാംകൂറിൽ എൻ.സി ശേഖറിന്റെ നേതൃത്വത്തിൽ കമ്യൂണിസ്റ്റ് ലീഗ് രൂപീകരിക്കപ്പെട്ടിരുന്നുവെങ്കിലും അതിന് കേന്ദ്രകമ്മറ്റിയുമായി ബന്ധമൊന്നുമുണ്ടായിരുന്നില്ല. ഈ സംഘടനയിൽ ഉണ്ടായിരുന്ന എൻ.സി ശേഖർ കോഴിക്കോട്ടെ യോഗത്തിൽ പങ്കെടുക്കുകയും ചെയ്തു. ഇത് കൂടാതെ കമ്യൂണിസ്റ്റ നയങ്ങൾ ഉൾക്കൊള്ളുന്ന വ്യക്തികൾ പലയിടങ്ങളിലായി ഉണ്ടായിരുന്നെങ്കിലും ആദ്യത്തെ കമ്യൂണിസ്റ്റ് ഘടകമായി പരിഗണിക്കുന്നത് പി. കൃഷ്ണപിള്ള സെക്രട്ടറിയായ കോഴിക്കോട്ടെ ഘടകം തന്നെയാണ്.

●

പാറപ്പുറം സമ്മേളനം

കേരളത്തിലെ ആദ്യത്തെ കമ്മ്യൂണിസ്റ്റ് ഗ്രൂപ്പ് രൂപീകരണത്തിനുശേഷം കൃഷ്ണപിള്ളയും കൂട്ടരും ഈ ആശയഗതിക്ക് വേഗം കൂട്ടുന്നതിനുള്ള പ്രവർത്തനങ്ങളിലായിരുന്നു ശ്രദ്ധ കേന്ദ്രീകരിച്ചത്. 1938 മുതൽ ഇടതുപക്ഷ നിയന്ത്രണത്തിലായിരുന്ന കെ.പി.സി.സി പ്രവർത്തനങ്ങളിലും കോൺഗ്രസും സോഷ്യലിസ്റ്റ് പാർട്ടി പ്രവർത്തനങ്ങളിലും ഫലപ്രദമായി കമ്മ്യൂണിസ്റ്റ് രീതികൾ കൊണ്ടു വരുന്നതിനുള്ള പരിശീലനങ്ങൾക്ക് അദ്ദേഹം നേതൃത്വം നൽകി.

ലോകത്തിലെയും ഇന്ത്യയിലെയും രാഷ്ട്രീയ സാഹചര്യങ്ങൾ ഈയൊരു കാഴ്ചപ്പാടിന് ഗുണം നൽകുന്നതുമായിരുന്നു ബ്രിട്ടീഷ് ഗവർമെന്റിനെ എതിർക്കുന്നതിന് കോൺഗ്രസും സി.എസ്.പിയും വേണ്ടത്ര ശ്രമിക്കാതിരുന്ന സാഹചര്യങ്ങളും ഇവരുടെ പിന്തുണ വർദ്ധിപ്പിച്ചു.

1934 സെപ്തംബർ 1ന് രണ്ടാംലോകമഹായുദ്ധം ആരംഭിച്ചതോടെ കോൺഗ്രസ് സോഷ്യലിസ്റ്റ് പാർട്ടിയും സി.പി.ഐ ഉം തമ്മിലുള്ള ബന്ധം വഷളായി. കോൺഗ്രസ് സോഷ്യലിസ്റ്റ് പാർട്ടി പുതിയതായി ഉയർന്നുവന്ന പ്രശ്നങ്ങളിൽ കാണിച്ച നിഷ്ക്രിയത്വം ഇതിന് പ്രധാന കാരണമായിരുന്നു. ഇന്ത്യയിലെ തെരഞ്ഞെടുക്കപ്പെട്ട പ്രതിനിധികളോട് ആലോചിക്കാതെ ഇന്ത്യയെ യുദ്ധത്തിൽ പങ്കാളിയാക്കിക്കൊണ്ട് വൈസ്രോയി ലിംഗ്ലിത്ഗോ പ്രഭു പ്രഖ്യാപനം നടത്തി. പൗരസ്വാതന്ത്ര്യത്തിന് വിലക്കേർപ്പെടുത്തിക്കൊണ്ട് യുദ്ധകാലത്ത് പ്രഖ്യാപിക്കുന്ന രാജ്യരക്ഷാ ഓർഡിനൻസ് പ്രഖ്യാപിച്ചു. എന്നാൽ ഇതിനെതിരായി വലിയ ബഹുജനരോഷം ഉയർത്തിക്കൊണ്ടുവരാൻ കോൺഗ്രസ്സും കോൺഗ്രസ് സോഷ്യലിസ്റ്റ് പാർട്ടിയും നേതൃത്വം കൊടുത്തില്ല എന്ന വിമർശനം ഇടതുപക്ഷക്കാർക്കിടയിൽ വളർന്നു വന്നു. 1934സെപ്തംബറിൽ വാർദ്ധയിൽ ചേർന്ന കോൺഗ്രസ് പ്രവർത്തക സമിതിയും ഒക്ടോബറിൽ ചേർന്ന എ.ഐ.സി.സി യോഗവും നിരാശമാത്രമാണ് സമ്മാനിച്ചത്. നാഗപൂരിൽ ചേർന്ന സി.എസ്.പി.

യോഗവും ഫലം കണ്ടില്ല. ഈയൊരു പശ്ചാത്തലത്തിലാണ് കേരളത്തിലെ കോൺഗ്രസ് സോഷ്യലിസ്റ്റ് പാർട്ടി പ്രവർത്തകരെ യുദ്ധവിരുദ്ധപ്രവർത്തനത്തിലും ബ്രിട്ടീഷുകാർക്കെതിരായ വൈകാരികതനിലനിർത്തിക്കൊണ്ടുള്ള സമര സംഘടനാ പ്രവർത്തനങ്ങളിലേക്കും നയിക്കാൻ കൃഷ്ണപിള്ള നേതൃത്വം കൊടുത്തത്.

കോൺഗ്രസ് സോഷ്യലിസ്റ്റ് പാർട്ടിയെ രാഷ്ട്രീയ സൈദ്ധാന്തിക ക്ലാസുകളിലൂടെയും നിരന്തരമായ പഠനപ്രവർത്തനങ്ങളിലൂടെയും പുതിയ രീതികളിലേക്ക് മാറ്റുന്നതിനുള്ള ശ്രമങ്ങൾ ആരംഭിച്ചു. കെ.പി. ജി, സി. ഉണ്ണിരാജ. എം.എസ്. ദേവദാസ്, ശങ്കരനാരായണൻ തമ്പി എന്നിവരടങ്ങിയ ഒരു പാർട്ടി വിദ്യാഭ്യാസസെല്ലിന് രൂപം നൽകി. ആധികാരികമായി മാർക്സിസത്തെ കുറിച്ച് ക്ലാസെടുക്കാൻ കഴിയാവുന്നവർ ഇല്ലെങ്കിലും ഹാൻഡ് ബുക്ക് ഓഫ് മാർക്സിസം എന്ന ഗ്രന്ഥം വായിച്ചും വിവർത്തനം ചെയ്തും പരസ്പരം ചർച്ച ചെയ്ത് തിരുത്തിയും നിരവധിയായ പഠന ക്ലാസുകൾ സംഘടിപ്പിക്കപ്പെട്ടു.

പയ്യന്നൂർ, കിള്ളിമംഗലം, കൂത്തുപറമ്പ്, പൂലിയന്നൂർ, എന്നിവിടങ്ങളിൽ ക്യാമ്പ് നടന്നു. വിഷ്ണു ഭരതീയന്റെ വീട്ടിൽ 1939 ഡിസംബർ 20 മുതൽ 30 വരെ നീണ്ടുനിൽക്കുന്ന പഠനക്ലാസാണ് നടന്നത്.

ഇതിൽ പി. കൃഷ്ണപിള്ള, ഇ.എം.എസ്, കെ.പി.ആർ, വിഷ്ണുഭരതീയൻ, കെ.സി ജോർജ്, കെ.പി. ഗോപാലൻ, പി.എം ഗോപാലൻ, സർദാർ ചന്ദ്രോത്ത്, കെ.പി.ആർ രയരപ്പൻ, കെ. കുഞ്ഞിരാമൻ മാസ്റ്റർ, ശങ്കരനാരായണൻ തമ്പി, സി.ഉണ്ണിരാജ എം.എസ് ദേവദാസ് എന്നിവർ പങ്കെടുത്തു.

ഇത്തരം മുന്നൊരുക്കങ്ങളെല്ലാം ചെയ്ത ശേഷമാണ് 1940 ജനുവരിയിൽ തെരെഞ്ഞെടുക്കപ്പെട്ട സോഷ്യലിസ്റ്റ് പ്രവർത്തകരുടെ യോഗം പിണറായിലെ പാറപ്പുറത്ത് ചേരുന്നതിന് തീരുമാനിക്കുന്നത്. റാഡിക്കൽ ടീച്ചേഴ്സ് ഫോറം എന്ന പേരിലാണ് സമ്മേളനത്തിന്റെ അറിയിപ്പ് നൽകിയത്. കാരണം അധികാരികൾ അറിഞ്ഞാൽ സമ്മേളനം തടയപ്പെടും.

പിണറായി പാറപ്രത്തെ വായനശാലയിൽ 90ഓളം പ്രവർത്തകരും നേതാക്കൻമാരുമാണ് എത്തിച്ചേർന്നത്. പല പ്രവർത്തകർക്കും നേതാക്കൻമാർക്കും സമ്മേളനത്തിൽ നേരിട്ട് പങ്കെടുക്കാൻ കഴിഞ്ഞില്ലെങ്കിലും കോൺഗ്രസ് സോഷ്യലിസ്റ്റ് പാർട്ടിയിലെ ഭൂരിപക്ഷം പേരും കമ്യൂണിസ്റ്റ് പാർട്ടിയിലേക്ക് മാറുന്നതിന് അനുകൂലമായിരുന്നു.

കർഷകത്തൊഴിലാളിയായിരുന്ന വടവതി അപ്പുക്കുട്ടിയുടെ വീട്ടുമുറ്റത്താണ് യോഗം ചേർന്നത്. കൃഷ്ണപിള്ളയാണ് യോഗത്തിന്റെ സ്വാഗതമാംശംസിച്ചത് കെ.പി ഗോപാലൻ സമ്മേളനത്തിൽ ആദ്ധ്യക്ഷത വഹിച്ചു.

സമ്മേളന നടത്തിപ്പിനായി പാണ്ട്യാല ഗോപാലൻ, ടി.പി ഗോവിന്ദൻ നായർ, ടി.പി. അച്യുതൻ നായർ, പിണറായി കൃഷ്ണൻ നായർ എന്നിവർ രഹസ്യവളണ്ടിയർമാരായി നേതൃത്വം കൊടുത്തു.

പി. കൃഷ്ണപിള്ള, എ.കെ.ജി, ഇ.എം.എസ്, കെ.സി ജോർജ്, കെ. ദാമോദരൻ, കെ.പി. ഗോപാലൻ, പി. നാരായണൻനായർതുടങ്ങിയ നേതാക്കളും പ്രവർത്തകരും പങ്കെടുത്തു. സഖാക്കൾക്ക് സുരക്ഷ ഉറപ്പു വരുത്തിക്കൊണ്ട് വളരെ രഹസ്യസ്വഭാവത്തോടെയാണ് സമ്മേളനം നടന്നത്. രാത്രി രണ്ടു മണി വരെ സമ്മേളനം നീണ്ടു നിന്നു.

പി. കൃഷ്ണപിള്ള സുദീർഘമായ പ്രസംഗമാണ് സമ്മേളനത്തിൽ നടത്തിയത്. കോൺഗ്രസ് സോഷ്യലിസ്റ്റ് പാർട്ടി എന്തു കൊണ്ട് കമ്മ്യൂണിസ്റ്റ് പാർട്ടിയായി മാറണമെന്ന് അദ്ദേഹം വിശദീകരിച്ചു. കോഴിക്കോട് വെച്ച് രഹസ്യമായി കമ്മ്യൂണിസ്റ്റ് ഗ്രൂപ്പ് രൂപീകരിച്ചതു മുതലുള്ള പ്രവർത്തനം കൃഷ്ണപിള്ള വിശദീകരിക്കുമ്പോഴാണ് അതിൽ പങ്കെടുത്ത നാലുപേരൊഴികെ മറ്റുള്ളവർ ആ വിവരം അറിയുന്നത്.

കമ്യൂണിസ്റ്റ്പാർട്ടികൾക്ക് മാത്രമേ രാജ്യത്തേയും കർഷകരെയും തൊഴിലാളികളെയും രക്ഷിക്കാൻ കഴിയുള്ളൂ എന്നും കമ്യൂണിസ്റ്റ് പാർട്ടിയിൽ ചേരാനാണ് താൻ ഇഷ്ടപ്പെടുന്നതെന്നും മറ്റുപാർട്ടി മെമ്പർമാർക്ക് അവരിഷ്ടപ്പെടുന്ന പാർട്ടി തെരഞ്ഞെടുക്കാൻ അവകാശമുണ്ടെന്നും ഇ.എം.എസ്. വിശദീകരിച്ചു.

പ്രസംഗങ്ങൾക്കും ചർച്ചകൾക്കുമൊടുവിൽ കോൺഗ്രസ്സ് സോഷ്യലിസ്റ്റ് പാർട്ടി ഒന്നടങ്കം കമ്യൂണിസ്റ്റ് പാർട്ടിയായി മാറാൻ ഏകകണ്ഠമായി യോഗം തീരുമാനിച്ചു. പ്രവർത്തകയോഗങ്ങൾ കൂടാനും പാർട്ടി ഗ്രൂപ്പുകൾ രൂപീകരിക്കാനും, മാർക്സിസം പഠിക്കാനുമുള്ള പൊതുതീരുമാനങ്ങൾ എടുത്തുകൊണ്ട് യോഗ നടപടികൾ അവസാനിപ്പിച്ചു.

പിണറായി സമ്മേളനം കഴിഞ്ഞ് രണ്ടാഴ്ചയ്ക്കുശേഷം ചേർന്ന നേതൃയോഗത്തിൽ വെച്ച് കോൺഗ്രസ് സോഷ്യലിസ്റ്റ് പാർട്ടി സംസ്ഥാന എക്സിക്യൂട്ടിവിനു പകരം സി.പി.ഐ. സംസ്ഥാന കമ്മിറ്റി രൂപീകരിച്ചു. പി. കൃഷ്ണപിള്ളയെ സെക്രട്ടറിയായി ഐകകണ്ഠേന തെരഞ്ഞെടുത്തു.

ഒളിവിലും തെളിവിലും പ്രവർത്തിക്കേണ്ട നേതാക്കളെ നിശ്ചയിച്ചു. കെ. ദാമാദരൻ, പി. നാരായണൻനായർ, മഞ്ജുനാഥറാവു, കെ.പി. ഗോപാലൻ എന്നിവർ പരസ്യമായി കെ.പി.സി.സി. പ്രവർത്തനത്തിന് നേതൃത്വം കൊടുക്കണമെന്ന് തീരുമാനിച്ചു.

കണ്ണൂർ മാവിലായിയിലുള്ള നെല്ലിക്കണ്ടി പൊക്കൻ എന്ന ചെത്തുതൊഴിലാളിയുടെ വീടാണ് കമ്യൂണിസ്റ്റ് പാർട്ടിയുടെ ആദ്യസംസ്ഥാന കമ്മിറ്റി ഓഫീസായി തീരുമാനിക്കപ്പെട്ടത്.

സംസ്ഥാന കമ്മിറ്റി യോഗത്തിനുശേഷം 1940 ജനുവരി 26 നാണ് കേരളത്തിൽ കമ്യൂണിസ്റ്റ് പാർട്ടി രൂപീകരിച്ച വിവരം ഔദ്യോഗികമായി പ്രഖ്യാപിക്കുന്നത് ചുവരെഴുത്തിലൂടെയാണ് ജനം ഇതുമനസ്സിലാക്കുന്നത്. കമ്യൂണിസ്റ്റ് പാർട്ടി സിന്താബാദ്, വിപ്ലവം ജയിക്കട്ടെ, മുതലാളിത്തവും ഭൂപ്രഭുത്വവും, സാമ്രാജ്യത്വവും നശിക്കട്ടെ തുടങ്ങിയ മുദ്രാവാക്യം ചുമരെഴുത്തുകളായി സർക്കാറാഫീസുകളിലും പോലീസ് സ്റ്റേഷനുകളിലുമെല്ലാം വന്നു. ഈ ചുമരെഴുത്തുകൾ കമ്യൂണിസ്റ്റ് പാർട്ടിയുടെ വരവറിയിച്ചു.

●

തലയ്ക്ക് വിലയിട്ട കാലം

ഇന്ത്യൻ രാജ്യരക്ഷാനിയമപ്രകാരം താഴെ പറയുന്നവരിൽ ആരെയെങ്കിലും അറസ്റ്റ് ചെയ്യുവാൻ വേണ്ട വിശ്വാസയോഗ്യമായ വിവരം തരുന്ന ഏതൊരാൾക്കും ഡെപ്യൂട്ടി ഇൻസ്പെക്ടർ ജനറൽ ഓഫ് പോലീസ്, റെയിൽവേസ് & സി.ഐ.ഡി (മൈലാപ്പൂർ, മദിരാശി) 100ക സമ്മാനം നൽകുന്നതാണ്.

ഇ.എം.(എലംകുളം മനക്കൽ) ശങ്കരൻ നമ്പൂതിരിപ്പാട് പരമേശ്വരൻ നമ്പൂതരിപ്പാട് മകൻ ഏലംകുളം അംശം ദേശം വള്ളുവനാട് താലൂക്ക് മലബാർ ഡിസ്ട്രിക്ട്, പ്രായം ഉദ്ദേശം 31, ഉയരം 5 അടി 2 ഇഞ്ച്. തടിച്ച ശരീരം, നെറ്റിക്ക് ഒരു കറുത്ത കലയുണ്ട്. വലത്തേ നെരിയാണിക്ക് മീതെ ഒരു കലയുണ്ട്. വല്ലാതെ വിക്കുണ്ട്. പി. (പരപ്പൂർ വീട്ടിൽ) കൃഷ്ണപിള്ള, പരപ്പൂർ വീട്ടിൽ നാരായണപിള്ള (മന്ദൻ പിള്ള) മകൻ, പടിഞ്ഞാറ്റുഞ്ചേരി പടിഞ്ഞാറെമുറി ഗ്രാമം, വൈക്കം താലൂക്ക്, തിരുവിതാംകൂർസ്റ്റേറ്റ്, പ്രായം ഉദ്ദേശം 33 ഉയരം 5 അടി 5 ഇഞ്ച് വലത്തെ ചെവിക്ക് താഴെ ഒരു കാക്കപ്പുള്ളി. ഇതേ നിയമപ്രകാരം താഴെ പറയുന്നവരെ അറസ്റ്റ് ചെയ്യുവാൻ ശരിയായ വിവരം തരുന്നവർക്ക് 50ക സമ്മാനം കൊടുക്കുന്നതാണ്. എ.കെ. ഗോപാലൻ നമ്പ്യാർ എന്ന എ.കെ ഗോപാലൻ, മാവിലായി ചിറക്കൽ താലൂക്ക് മലബാർ സിസ്ക്ലിക്ട്. പ്രായം 33 ഉയരും 5 അടി 4 ഇഞ്ച്, നെറ്റിക്ക് ഒരു ചെറിയ കലയുണ്ട്. മേൽപ്പറഞ്ഞ ആൾക്ക് അഭയം നൽകുന്നതും ശിക്ഷാർഹമാണ്.

1940 നവംബർ 24 ന്റെ മാതൃഭൂമി പത്രത്തിൽ പ്രത്യക്ഷപ്പെട്ട ഒരു പരസ്യമായിരുന്നു ഇത്. ഈ പരസ്യം തുടർന്നും പലതവണ പത്രങ്ങളിൽ വന്നു. തുക ആയിരം രൂപവരെയായി ഉയർന്നു. അക്കാലത്ത് 1000 രൂപ വലിയ തുകയായിരുന്നു. എന്നാൽ തങ്ങളുടെ പ്രിയ നേതാക്കളെ ഒറ്റിക്കൊടുക്കാൻ കേരളത്തിലെ പാവപ്പെട്ട ജനത തയ്യാറായിരുന്നില്ല. അതിനേക്കാൾ അവർ ഇഷ്ടപ്പെട്ടത് പട്ടിണിയും ദാരിദ്ര്യവും പോലീസ് പട്ടാള ഭീകരതയുടെ ഭാഗമായ മരണവുമായിരുന്നു.

1940 ജനവരി 26ന് കമ്യൂണിസ്റ്റ് പാർട്ടി രൂപീകരിച്ച വിവരം ഔദ്യോഗികമായി പ്രഖ്യാപിക്കപ്പെട്ടു. നാടെങ്ങും ചുമരെഴുത്തുകൾ പ്രത്യക്ഷപ്പെട്ടു. കമ്യൂണിസ്റ്റ് പാർട്ടി സിന്ദാബാദ്, വിപ്ലവം ജയിക്കട്ടെ മുതലാളിത്തവും ഭൂപ്രഭുത്വവും സാമ്രാജ്യത്വവും തുലയട്ടെ തുടങ്ങിയ മുദ്രാവാക്യം ചുമരെഴുത്തുകളിലൂടെ കേരളമറിഞ്ഞു. 1940 മാർച്ചിൽ പരസ്യമായ കമ്യൂണിസ്റ്റ് പ്രസിദ്ധീകരണങ്ങൾക്ക് പകരം രഹസ്യപ്രചരണത്തിന് മാർക്സിസ്റ്റ് എന്ന പ്രസിദ്ധീകരണം ആരംഭിച്ചു. പിന്നീട് പേര് കമ്യൂണിസ്റ്റ് എന്നാക്കി. 1940 ഏപ്രിൽ 29 ന് ഇ.എം.എസ്. ഒളിവിൽ പോകണമെന്ന് പാർട്ടി നിശ്ചയിച്ചു. മലബാറിലെ വിവിധ കേന്ദ്രങ്ങളിൽ ഒളിവിൽ താമസിച്ച് പ്രവർത്തനങ്ങൾക്ക് നേതൃത്വം കൊടുത്തു.

1940 സെപ്തംബർ 15 ന് രാജ്യരക്ഷാ നിയമത്തിന്റെ പേരിലുള്ള ഭരണകൂട വേട്ടയ്ക്കും പൗരസ്വാതന്ത്ര്യ നിഷേധത്തിനുമെതിരായി കെ.പി.സി.സി പ്രതിക്ഷേധദിനത്തിനാഹ്വാനം ചെയ്തു. മലബാറിലെ കർഷക സംഘം സമരത്തിന് ഐക്യദാർഢ്യം പ്രഖ്യാപിച്ചുകൊണ്ട് വിലനിയന്ത്രണദിനമായി ആചരിക്കാൻ ആഹ്വാനം ചെയ്തു.

മലബാർ ഡിസ്ട്രിക്ട് കലക്ടർ സമരം നിരോധിച്ച് കൽപ്പന കൊടുത്തു. കൃഷ്ണപിള്ളയും ഇ.എം.എസും പാപ്പിനിശ്ശേരിയിൽ കേന്ദ്രീകരിച്ച് നിരോധിച്ചാലും സമരം നടക്കുന്നതിനുള്ള സംവിധാനം സംഘടിപ്പിച്ചു. മലബാറിലെ 16 കേന്ദ്രങ്ങളിൽ സമരത്തിന് അരങ്ങൊരുങ്ങി.

ചിറക്കൽ താലൂക്കിലെ സമരം തീരുമാനിച്ചത് കീച്ചേരിയിലായിരുന്നു. അവിടെ നിരോധനാജ്ഞ വന്നാൽ മൊറാഴ വില്ലേജിലെ അഞ്ചാം പീടികയിലേക്ക് സമ്മേളനം മാറ്റാൻ തീരുമാനിച്ചു. വളപട്ടണം എസ്.ഐ. കുട്ടികൃഷ്ണമേനോൻ സമ്മേളനം നടക്കുന്ന യതീന്ദ്ര മൈതാനത്തെത്തി സമരം നിരോധിച്ചു. പെട്ടെന്ന് തന്നെ സമ്മേളനം തളിപ്പറമ്പ് സ്റ്റേഷൻ പരിധിയിലെ മൊറാഴ വില്ലേജിലേക്ക് മാറ്റി. യോഗമാരംഭിക്കുന്നതിനുമുമ്പ് തളിപ്പറമ്പ് എസ്.ഐ വീരാൻ മൊയ്തീനും കുട്ടികൃഷ്ണമേനോനും അഞ്ചാം പീടികയിലെ സമ്മേളനം തടയാനെത്തി. യോഗാധ്യക്ഷൻ വിഷ്ണുഭാരതീയയടക്കം നേതാക്കളെ തല്ലിച്ചതച്ചു. ജനക്കൂട്ടം ഇളകി അതിശക്തമായി തിരിച്ചടിച്ചു. എസ്.ഐ. കുട്ടികൃഷ്ണമേനോൻ സംഭവസ്ഥലത്തുവെച്ചും ഹെഡ്കോൺസ്റ്റബിൾ ഗോപാലൻനായർ ആശുപത്രിയിലും വെച്ച് മരണപ്പെട്ടു.

തൊട്ടടുത്ത് ഒളിവ് കേന്ദ്രത്തിലുണ്ടായിരുന്ന കൃഷ്ണപിള്ളയെയും ഇ.എം.എസിനേയും മറ്റു കേന്ദ്രങ്ങളിലേക്ക് മാറ്റി. കോട്ടയം താലൂക്കിലെ മട്ടന്നൂരിൽ പോലീസും സമരവളണ്ടിയന്മാരും തമ്മിലുള്ള ഏറ്റുമുട്ടലിൽ ഒരു പോലീസുകാരൻ കൊല്ലപ്പെട്ടു.

തലശ്ശേരി ജവഹർഘട്ടിൽ പോലീസ് വെടിവെപ്പിൽ അധ്യാപകനായ അബുവും ബീഡിതൊഴിലാളിയായ ചാത്തുക്കുട്ടിയും കൊല്ലപ്പെട്ടു. കൂത്തുപറമ്പിൽ നടന്ന മൃഗീയ ലാത്തിച്ചാർജിൽ നിരവധിപ്പേർക്ക് പരിക്കേറ്റു. വടകരയിലും പെരിന്തൽ മണ്ണയിലും സംഘട്ടനത്തിന്റെ വക്കോളമെത്തി. മറ്റു സമരകേന്ദ്രങ്ങളിൽ 144 ലംഘിച്ച് സമ്മേളനവും പ്രകടനവും നടത്തി.

സമരത്തിനാഹ്വാനം ചെയ്ത ഇടതുപക്ഷ കെ.പി.സി.സിയെ എ.ഐ.സി.സി അന്വേഷണം നടത്തി പിരിച്ചുവിട്ടു. ഏട്ടുമുട്ടലുകൾക്ക് ശേഷം ഉത്തരമലബാറാകെ പോലീസ് ഭീകരതാണ്ഡവമാടി. ജനകീയ ചെറുത്തു നിൽപുകൾ ശക്തമായി സാധാരണ മനുഷ്യന്റെ ചെറുത്തുനിൽപ്പിന്റെ ആ അനുഭവപാഠങ്ങളാണ് ഇന്നും ആ നാടിന്റെ കരുത്തായി നിൽക്കുന്നത്.

കണ്ണൂർ ജില്ലയിലെ മാവിലായി വില്ലേജിൽ ചെറുമാവിലായി പ്രദേശത്ത് നല്ലകണ്ടി പൊക്കൻ എന്ന ചെത്തുതൊഴിലാളിയുടെ വീട് കമ്യൂണിസ്റ്റ് പാർട്ടിയുടെ ഒളിവുകാലത്തെ സംസ്ഥാനകമ്മിറ്റി ഓഫീസായി മാറി. ഇ.എം. എസിനെ ഒളിവിൽ താമസിപ്പിക്കുന്നതിനുമുമ്പ് കൃഷ്ണപിള്ള മാവിലായിലെത്തി സുരക്ഷിതത്വം ഉറപ്പുവരുത്തി കണ്ടുപിടിച്ച സ്ഥലമായിരുന്നു ഇത്. 1942 ജൂലൈയിൽ പാർട്ടി നിരോധനം എടുത്തുകളയുന്നതുവരെ കമ്യൂണിസ്റ്റുകാരുടെ ഒളിവുകാല സംസ്ഥാന കമ്മിറ്റി ഓഫീസായി ഇവിടം മാറി. പിന്നീട് ലോകത്തിലെ തന്നെ തെരഞ്ഞെടുപ്പിലൂടെ അധികാരത്തിൽ വന്ന കമ്യൂണിസ്റ്റ് നേതാവായ ഇ.എം.എസിനെ കണ്ണിലെ കൃഷ്ണമണി പോലെ കാത്തു സൂക്ഷിച്ചത് സാധാരണക്കാരനും പരുക്കനുമായ ആ ചെത്തു തൊഴിലാളിയായിരുന്നു.

കേരളമാകെ ഓടി നടന്ന് പ്രവർത്തനം സംഘടിപ്പിക്കാൻ ചുമതലപ്പെട്ട കൃഷ്ണപിള്ള ഷെൽട്ടറുകൾ അനുദിനം മാറിക്കൊണ്ടിരുന്നു. ഓരോ മേഖലയിലേയും പ്രവർത്തകരെ കൂട്ടിയോജിപ്പിച്ച് ബ്രിട്ടീഷ് വിരുദ്ധ പ്രവർത്തനങ്ങൾക്ക് ആക്കം കൂട്ടി. മലബാറിൽ നിന്ന് തിരുവിതാംകൂറിലേക്ക് പോയ കൃഷ്ണപിള്ള 1940 ഡിസംബർ 10 ന് വൈക്കത്തുവെച്ച് അറസ്റ്റിലായി. കമ്യൂണിസ്റ്റ് പാർട്ടി നേതൃത്വത്തിനാകെ കനത്ത ആഘാതമായിരുന്നു അത്. പി. സുന്ദരയ്യയുടെ സമയോജിതമായ

ഇടപെടലാണ് അന്ന് പ്രസ്ഥാനത്തെ നിലനിർത്തിയത്. അദ്ദേഹം നേരിട്ട് ഒളിവു കേന്ദ്രത്തിലെത്തി ഇ.എം.എസിനെ പാർട്ടി സെക്രട്ടറിയായി ചുമതലേയൽപ്പിച്ചു.

കൃഷ്ണപിള്ളയെ അറസ്റ്റ് ചെയ്ത് ആദ്യം തിരുവനന്തപുരം ജയിലും പിന്നീട് ഒറ്റപ്പെട്ട കേന്ദ്രമായ എടലാക്കുടി ജയിലിലേക്കും മാറ്റി. പുറം ലോകവുമായി ഒരു ബന്ധവുമില്ലാത്തായി ഇക്കാലത്ത്. കോഴിക്കോട് നിന്നും പുറത്തിറങ്ങിയ കേരളം മാസികയിൽ കൃഷ്ണപിള്ളയെ കൊന്നു കളഞ്ഞു? എന്ന വാർത്ത കേരളജനതയെയാകെ ഞെട്ടിച്ചു. നാടെങ്ങും പ്രതിഷേധങ്ങൾ ഉയർന്നു. 1941 മാർച്ച് 8 ന് മാതൃഭൂമി പത്രം കൃഷ്ണപിള്ളയെക്കുറിച്ച് നാട്ടിൽ പരക്കുന്ന ഊഹാപോഹം മാറ്റണമെന്നും യഥാർത്ഥ സ്ഥിതി വെളിപ്പെടുത്താൻ തയ്യാറാകണമെന്നും മുഖ്യപ്രസംഗത്തിലൂടെ അഭ്യർത്ഥിച്ചു.

സ്റ്റാലിനുമായി ഒപ്പുവെച്ച യുദ്ധമില്ലാകരാർ ലംഘിച്ചുകൊണ്ട് 1941 ജൂൺ 22 ന് ഹിറ്റ്ലർ സോവിയറ്റ് യൂണിയനെ ആക്രമിച്ചതോടെ യുദ്ധത്തിന്റെ ഗതി മാറുകയും കമ്യൂണിസ്റ്റുകാർ വലിയ പ്രതിസന്ധിയിലകപ്പെടുകയും ചെയ്തു. സോവിയറ്റ് സ്നേഹം ഒരുവശത്തും ബ്രിട്ടീഷ് വിരുദ്ധത മറുവശത്തുമായി വലിയ ആത്മസംഘർഷം അനുഭവിച്ചു ഒടുവിൽ 1941 ഡിസംബറിൽ യുദ്ധത്തെ ജനകീയ യുദ്ധമായി പരിഗണിച്ച് സഖ്യശക്തിയെ സഹായിക്കാനുള്ള നിലപാട് സ്വീകരിച്ചതോടെയാണ് ജയിലിലുള്ള കമ്യൂണിസ്റ്റ് നേതാക്കളെ വിട്ടയക്കുന്നതിന് ബ്രിട്ടീഷ് ഗവൺമെന്റ് തയ്യാറായത്.

1942 ജൂലൈ 22ന് കമ്യൂണിസ്റ്റ് പാർട്ടിക്കെതിരായ നിരോധാനം പിൻവലിച്ചു. പാർട്ടി കേന്ദ്രക്കമ്മിറ്റി ഓഫീസ് ബോംബെയിൽ തുറന്നു. കേരള സംസ്ഥാനകമ്മിറ്റി ഓഫീസ് കോഴിക്കോട് ആരംഭിച്ചു. പാർട്ടി പ്രവർത്തനങ്ങൾ പരസ്യമായി നടത്തുന്നതിനുള്ള അന്തരീക്ഷം സൃഷ്ടിക്കപ്പെട്ടതോടെ കേരളത്തിലുടനീളം പര്യടനം നടത്തി സംഘടനശക്തിപ്പെടുത്താനുള്ള പ്രവർത്തനങ്ങൾക്ക് കൃഷ്ണപിള്ളയുടെ നേതൃത്വത്തിൽ കേരളത്തിലെ കമ്യൂണിസ്റ്റ് പാർട്ടി നേതാക്കൾ ശ്രമമാരംഭിച്ചു.

•

വിവാഹം കുടുംബം ജീവിതം

സ്വകാര്യ ജീവിതം എന്നൊന്ന് കൃഷ്ണപിള്ളയുടെ ജീവിതത്തിൽ ഉണ്ടായിരുന്നില്ല. കാരണം വ്യക്തി ജീവിതവും രാഷ്ട്രീയജീവിതവും രണ്ടല്ല എന്ന് കേരളത്തിന് കാണിച്ചുകൊടുത്ത അപൂർവ്വം രാഷ്ട്രീയ നേതാക്കളിലൊരാളാണ് അദ്ദേഹം. ജീവിതത്തിന്റെ സമ്പൂർണ്ണമായ സമർപ്പണം സമൂഹത്തിനു വേണ്ടിയായിത്തീർന്ന അപൂർവ്വ വ്യക്തിത്വങ്ങളിലൊന്നായിരുന്നു കൃഷ്ണപിള്ള.

എടലാക്കുടി ജയിലിൽ തടങ്കലിൽ കഴിയുന്നകാലം. കൃഷ്ണപിള്ള ഏത് ജയിലിലാണെന്നു പോലും പുറത്തുള്ള പല സഖാക്കൾക്കും കൃത്യമായി അറിയാൻ കഴിഞ്ഞിരുന്നില്ല. പുറത്തുള്ളവരുമായി എന്തെങ്കിലും ബന്ധം സ്ഥാപിക്കുന്നതിനായി ചില പദ്ധതികൾ അദ്ദേഹം തയ്യാറാക്കി, ആദ്യം അയ്യൻപിള്ള എന്ന ഒരു പോലീസുകാരനെത്തന്നെ അദ്ദേഹം തന്റെ സൗഹൃദവലയത്തിലാക്കി. ജയിലിലെ ബോറടിമാറ്റുന്നതിനായി ഏതെങ്കിലും പുസ്തകം സംഘടിപ്പിക്കുന്നതിന് അയാളെ ചട്ടംകെട്ടി. നാഗർകോവിലിൽ ഹിന്ദിപ്രചാരണവുമായി കഴിയുന്ന ശ്രീ കൃഷ്ണദാസിനെ കണ്ടാൽ ഹിന്ദിപുസ്തകങ്ങൾ തരപ്പെട്ടുമെന്ന് അദ്ദേഹത്തെ അറിയിച്ചു. കൃഷ്ണദാസിലൂടെ പുറം ലോകവുമായി ബന്ധപ്പെടാമെന്നായിരുന്നു അദ്ദേഹത്തിന്റെ പദ്ധതി. ശുദ്ധഗതിക്കാരനായ അയ്യൻപിള്ള ഇത് സമ്മതിക്കുകയും ചെയ്തു.

കൃഷ്ണപിള്ളയ്ക്ക് ഒരു പുസ്തകം നൽകുന്നതിന് കൃഷ്ണദാസിനെ പോയികാണാനുള്ള സാഹസമൊന്നും വെറും 'അഞ്ചു രൂപാ പോലീസുകാരൻ' മാത്രമായിരുന്ന അയ്യൻപിള്ള കാണിച്ചില്ല. ശുചീന്ദ്രത്ത് ബസ് കാത്ത് നിൽക്കുകയായിരുന്നു തന്റെ അയൽ വാസിയായും ഹിന്ദി വിദ്യാർത്ഥിനിയുമായ തങ്കമ്മിയോട് ഹിന്ദിപുസ്തകം കടം ചോദിച്ചു. ആർക്കെന്നോ എന്തിനെന്നോ ചോദിക്കാതെ തങ്കമ്മ കൈയിലുള്ള 'ചന്ദ്രഗുപ്ത' എന്ന പുസ്തകം കൊടുത്തു. അദ്ദേഹം അത് ജയിലിൽ എത്തിച്ചു കൊടുക്കുകയും ചെയ്തു. ഹിന്ദിപഠനം കഴിഞ്ഞ് തിരിച്ചുവരുമ്പോൾ വീണ്ടും അയ്യൻപിള്ളയെ കണ്ടപ്പോൾ

ആർക്കായിരുന്ന പുസ്തകമെന്ന് തങ്കമ്മ ചോദിച്ചു. എടലാക്കുടി ജയിലുള്ള ഒരു കോൺഗ്രസുകാരനാണെന്ന് പിള്ള മറുപടി പറഞ്ഞു. തങ്കമ്മയുടെ സപ്തനാഡികളും തളർന്നു. വീട്ടുകാരോ മറ്റാരെങ്കിലുമോ ഈ വിവരം അറിഞ്ഞാലുണ്ടാകുന്ന ഭവിഷ്യത്ത് ഓർത്ത് തങ്കമ്മ നടുങ്ങി. ആ ദിവസം തങ്കമ്മയ്ക്ക് ഉറങ്ങാൻ കഴിഞ്ഞില്ല.

ശുചീന്ദ്രത്തെ തെക്കെത്തെരുവിലുള്ള ഒരു സാധാരണ കുടുംബമാണ് തങ്കമ്മയുടേത്. അച്ഛൻ ജനാർദ്ദനൻ പോറ്റി ശുചീന്ദ്രം ക്ഷേത്രത്തിലെ കീഴ് ശാന്തിക്കാരനായിരുന്നു. കുഴിത്തുറയിലുള്ള അമ്മയുടെ വീട്ടിൽ നിന്നാണ് തങ്കമ്മ 7-ാം ക്ലാസുവരെ പഠിച്ചത്. വി.എസ്.എൽ.സി പാസായശേഷം തിരുവനന്തപുരം പേട്ടയിലെ ഗേൾസ് സ്കൂളിൽ ചേർന്നു. അതിനിടയിൽ വൈകുന്നേരങ്ങളിൽ സ്കൂളിലെ ഹിന്ദിക്ലാസിനു ചേർന്നു. പിന്നീട് പഠനം നിർത്തി. ശുചീന്ദ്രത്തെ വീട്ടിലേക്ക് പോന്നു. ശുചീന്ദ്രത്തെ വീട്ടിൽ നിന്നുമാണ് നാഗർകോവിലിൽ ഹിന്ദി പ്രചാരകനായ കൃഷ്ണദാസ് മാസ്റ്ററുടെയടുത്ത് ഹിന്ദിപഠിക്കാൻ പോയത്. ഈ യാത്രക്കിടയിലാണ് യാദൃശ്ചികമായി അയ്യൻപിള്ളയെ കണ്ടുമുട്ടുന്നതും അത് ജീവിതത്തിന്റെ ഗതിതന്നെ മാറ്റിക്കളയുന്നതും.

സർക്കാറിന്റെ നോട്ടപ്പുള്ളികളായ കോൺഗ്രസുകാരെ സഹായിച്ചു എന്നറിഞ്ഞാൽ തന്റെ പഠിപ്പുപോലും മുടങ്ങുമെന്ന് തങ്കമ്മ ഭയപ്പെട്ടു. അഞ്ചുദിവസം കഴിഞ്ഞപ്പോൾ അയ്യൻപിള്ള പുസ്തകം തിരികെ കൊടുത്തു. തങ്കമ്മയ്ക്ക് ജീവൻ തിരിച്ചു കിട്ടിയ പോലായി. പുസ്തകം തുറന്നു നോക്കിയ തങ്കമ്മ ആദ്യ പേജിൽ തന്നെ ഹിന്ദിയിൽ 'ആപ്കാ നാം ക്യാ ഹെ?' എന്ന നല്ല വടിവൊത്ത ഹിന്ദിയിലുള്ള ചോദ്യം കണ്ട് ഞെട്ടി തനിക്ക് തീരെ പരിചയമില്ലാത്ത ഒരു ജയിൽപ്പുള്ളി എന്തിന് തന്റെ പേര് ചോദിക്കണം എന്ന് മറുചോദ്യമാണ് തങ്കമ്മയുടെ മനസിൽ വന്നത്. ആ ഈൗർഷ്യയോടെ നിന്ന തങ്കമ്മയോട് കുറച്ച് വലിയ പുസ്തകം വേണമെന്നും വായിച്ചയാൾ വലിയ മനുഷ്യനാണെന്നും നല്ല പഠിപ്പുള്ളവനാണെന്നും പോലീസുകാരുപോലും ബഹുമാനിക്കുന്ന ആളാണെന്നും പറഞ്ഞു. വൈകീട്ട് കാണാമെന്ന് പറഞ്ഞ് തങ്കമ്മ കോളേജിലേക്ക് പോയി.

തങ്കമ്മ ആകെ ആശയക്കുഴപ്പത്തിലായി. എല്ലാവരും ബഹുമാനിക്കുന്ന അജ്ഞാതനായ ആ മനുഷ്യനെ സഹായിക്കേണ്ടതുണ്ടോ എന്ന ചോദ്യം തങ്കമ്മയെ അലട്ടി. അതു കൊണ്ടു വരാവുന്ന ഭവിഷ്യത്തുകൾ എന്തായിരിക്കുമെന്ന ഭീതിയും അവരെ വേട്ടയാടി. എന്നാൽ അന്നത്തെ കൃഷ്ണദാസ് സാറിന്റെ ദേശാഭിമാനബോധം ഉയർത്തുന്ന ക്ലാസ് തങ്കമ്മയെ ഏറെ സഹായിച്ചു. വൈകീട്ട് കൃഷ്ണദാസ് സാറിൽ

നിന്നും ഒരു പുസ്തകം വാങ്ങി പിറ്റേന്ന് അയ്യൻപിള്ളയ്ക്കു നൽകി. അടുത്ത ദിവസം അദ്ദേഹം പുസ്തകം തിരികെ കൊണ്ടുവന്നു നൽകി. ഭംഗിയായി പൊതിഞ്ഞ പുസ്തകത്തിനു പുറത്ത് പെൻസിൽ കൊണ്ടുള്ള ഭംഗിയായ എഴുത്ത് ഇതായിരുന്നു.

മേരാ നാം കൃഷ്ണപിള്ള ഹെ,

ആപ് കാ നാം ക്യാഹെ?

ഒരിക്കലും കാണാത്ത ആ മാന്യനായ മനുഷ്യനോടു തോന്നിയ അനുഭാവം കാരണം പിറ്റേന്ന് അയ്യൻ പിള്ളയ്ക്കു നൽകിയ പുസ്തകത്തിൽ തങ്കമ്മ ഇങ്ങനെ എഴുതി.

'തങ്കമ്മ മേരാനാം ഹെ'

അടുത്തദിവസം തിരിച്ചു ലഭിച്ച പുസ്തകത്തിന്റെ പൊതിക്കടിയിൽ കുറെ കടലാസുകളുണ്ടായിരുന്നു. അതിൽ എടലാക്കുടി ജയിലിലേക്ക് എത്തിയതും അതിനിടയാക്കിയ സാഹചര്യവുമെല്ലാം വിശദമായി എഴുതിയിരുന്നു.

രാഷ്ട്രീയത്തിലെ കാര്യങ്ങളെക്കുറിച്ചൊന്നും അറിവില്ലാതിരുന്ന തങ്കമ്മയ്ക്ക് എഴുതിയ പല കാര്യങ്ങളും മനസ്സിലായില്ല. എങ്കിലും എഴുതിയ ആളിന്റെ മാന്യമായ സമീപനം തങ്കമ്മയിൽ നല്ല സ്വാധീനം ചെലുത്തി.

കൃഷ്ണപിള്ളയ്ക്ക് പുറം ലോകവുമായി ബന്ധം സ്ഥാപിക്കുന്നതിനുള്ള മാർഗ്ഗം തങ്കമ്മതന്നെയായിരുന്നു. രാഷ്ട്രീയ പ്രവർത്തകരെ ഈ ദൗത്യത്തിന് ഉപയോഗിക്കുന്നത് അപകടമാണെന്നറിഞ്ഞുകൊണ്ടാണ് അദ്ദേഹം ഈ രീതി സ്വീകരിച്ചത്. കത്തുകൾ അയക്കുന്നത് അദ്ദേഹം സജീവമായി തുടർന്നു. പുറത്ത് തങ്കമ്മയ്ക്ക് ചെയ്യാനുള്ള ജോലികൾ അനുദിനം വർദ്ധിച്ചു. ഒരു പതിനേഴുകാരിയുടെ സാഹസികതയോടെ അവർ അത് ഭംഗിയായി നിർവ്വഹിക്കുകയും ചെയ്തു. ജയിലിനകത്തുള്ള വ്യക്തിയുടെ ആജ്ഞാശക്തി തങ്കമ്മയെക്കൊണ്ട് ഇതെല്ലാം ചെയ്യിച്ചു. ഹിന്ദിയിലെഴുതുന്ന കത്തുകൾ തർജമ ചെയ്ത് പലർക്കും അയച്ചു. മാത്തുർനാണുപിള്ളയെ പോലുള്ള കോൺഗ്രസ് നേതാക്കളെ വീട്ടിൽപോയി കണ്ടു. ഇതിന്റെ അനുഭവങ്ങൾ തങ്കമ്മയെ കുറെക്കൂടി പക്വമതിയാക്കി.

ജയിലിൽ നിന്നുള്ള നിർദേശങ്ങളും ജോലികളും കൂടിക്കൂടിവന്നു. ദിവസവും ഓരോ 80 പേജ് നോട്ടുബുക്കും പെൻസിലും കൊടുത്തയക്കണം. തിരിച്ചയക്കുന്നതു മുഴുവൻ പകർത്തിയെഴുതി ബന്ധപ്പെട്ടവരെ ഏൽപ്പിക്കണം. അയ്യൻപിള്ളയ്ക്ക് ചിലവിന് കാശുകൊടുക്കണം.

ചെലവേറിവന്നപ്പോൾ പണം കണ്ടെത്താൻ തങ്കമ്മ കുട്ടികൾക്ക് ഹിന്ദി ട്യൂഷനെടുത്ത് കാശുണ്ടാക്കി.

സഖാവ് നിർദേശിച്ചതനുസരിച്ച് എല്ലാവർക്കും കത്തുകൾ അയച്ചുകൊണ്ടിരുന്നു. ആയിടയ്ക്ക് ജയിലിൽ നിന്ന് ഒരു അറിയിപ്പ് വന്നു. 'മേനോനെ പറഞ്ഞയക്കണം' മേനോൻ ഒരു ദിവസം വരും എന്നറിയിച്ചു. മേനോനെ തിരിച്ചറിയാനുള്ള മാർഗ്ഗവും പറഞ്ഞു. ഒരാഴ്ച നാഗർ കോവിലിലേക്ക് നടന്നു പോകാനുള്ള നിർദ്ദേശവും കിട്ടി. ഒളിവിലുള്ള സി. ഉണ്ണിരാജയായിരുന്നു ഈ മേനോൻ.

കൃഷ്ണപിള്ളയുടെ നീക്കങ്ങൾ പോലീസ് മണത്തറിഞ്ഞു. ഇതേക്കുറിച്ച് കൃഷ്ണപിള്ള തങ്കമ്മയ്ക്ക് മുന്നറിയിപ്പ് നൽകി. അദ്ദേഹം എഴുതി അയച്ചതെല്ലാം കത്തിച്ചു കളയാൻ നിർദ്ദേശിച്ചു. അങ്ങോട്ടുകൊടുക്കാനുള്ള രേഖകളെല്ലാം താൻ അയയ്ക്കുന്ന ഒരാൾവശം കൊടുത്തയക്കാനും നിർദ്ദേശിച്ചു. തങ്കമ്മയെ കാണാൻ 'കുട്ടൻ' എന്നൊരാൾ എത്തി. ആളെ അറിയാത്തതിനാൽ ജയിലിലേക്ക് എഴുതി. കുട്ടനോട് വഴിയരികിൽ കാത്തു നിൽക്കാനുള്ള നിർദ്ദേശവും കിട്ടി. ഒളിവിലിരുന്ന സി.ഒ. മാത്യുവായിരുന്നു കുട്ടൻ.

ജയിലിൽ നിന്നും പുള്ളികളെ കുളിപ്പിക്കാൻ കൊണ്ടു പോകുന്നത് ആശ്രമം അണക്കെട്ടിനടുത്താണ്. കുളിച്ചു തിരിച്ചുവരുന്നവഴി ഒരു ഹോട്ടലിൽ കാപ്പി കഴിക്കും. ആ വഴിയിലെവിടെയെങ്കിലും വന്നു നിൽക്കാൻ കുട്ടനു നിർദ്ദേശം കൊടുക്കാൻ പറഞ്ഞു.

പിറ്റേന്ന് കുളി കഴിഞ്ഞു വരുമ്പോൾ വഴിയരികിൽ നിന്ന കുട്ടനെ കണ്ട് സഖാവ് ചിരിച്ചു. മാറിനിന്ന് ഇതെല്ലാം വീക്ഷിച്ച തങ്കമ്മയെയും കൃഷ്ണപിള്ള ആദ്യമായി കണ്ടു.

അടുത്തദിവസം ജയിലിൽ നിന്നൊരെഴുത്തു വന്നു.

പ്യാരി തങ്കം. ഞാൻ നേരിട്ട് കണ്ടത് ഇന്നലെയാണ്. നിങ്ങൾ കാണാൻ കൊള്ളാവുന്ന ഒരു പെൺകുട്ടിയാണല്ലോ. ഞാൻ കറുത്ത വിരൂപനായ ഒരാൾ. എന്നാലും മനസ്സിലുള്ള ഒരാഗ്രഹം അറിയിച്ചുകൊള്ളട്ടെ. എനിക്ക് നിങ്ങളെ വിവാഹം ചെയ്താൽ കൊള്ളാമെന്നുണ്ട്, നിങ്ങൾക്ക് എന്നെ ഇഷ്ടമാണെങ്കിൽ മാത്രം. സാധാരണ ജീവിതവുമായി ബന്ധപ്പെടുന്നതൊന്നും നിങ്ങൾ എന്നിൽ നിന്നും പ്രതീക്ഷിക്കേണ്ട.

എന്നോടൊപ്പം എന്റെ പാർട്ടിക്കുവേണ്ടി പ്രവർത്തിക്കാനും കഷ്ടപ്പെടാനും ത്യാഗം സഹിക്കാനും തയ്യാറാണെങ്കിൽ എന്റെ ഭാര്യാപദം കൊണ്ട് നിങ്ങൾക്ക് തൃപ്തിപ്പെടാം'

കത്ത് വായിച്ച തങ്കമ്മയ്ക്ക് സന്തോഷവും ദയവുമെല്ലാം കൂടിച്ചേർന്ന വികാരമാണുണ്ടായത്. ഇത്രയും പ്രതിസന്ധിയുള്ള ഒരു മാനസികാവസ്ഥ അവർക്ക് അതിനുമുമ്പുണ്ടായിട്ടില്ല.

സഖാവിന്റെ വിവാഹാഭ്യർത്ഥന സി.ഓ. മാത്യുവിന് തീരെ ഇഷ്ടപ്പെട്ടില്ല. പ്രായക്കുറവും സഖാവിന്റെ ഭാര്യയാകാനുള്ള യോഗ്യത തങ്കമ്മയ്ക്കില്ലെന്ന തോന്നലും അദ്ദേഹം തങ്കമ്മയറിയാതെ കൃഷ്ണപിള്ളയെ അറിയിച്ചു

കൃഷ്ണപിള്ള മറുപടി മാത്യുവിന് നൽകിയത് തങ്കമ്മ വഴിതന്നെയാണ്. തീരുമാനിച്ചുറച്ച തരത്തിലുള്ള മറുപടിയാണദ്ദേഹം നൽകിയത്. കാര്യങ്ങൾ രണ്ടുപേർക്കും ബോധ്യപ്പെടാവുന്ന വിധത്തിൽ കൃഷ്ണപിള്ള വ്യക്തമാക്കി.

കമ്മ്യൂണിസ്റ്റ് പാർട്ടിയുടെ അണ്ടർഗ്രൗണ്ട് പ്രവർത്തനങ്ങൾ സജീവമാക്കുന്നതിനുവേണ്ടി കൃഷ്ണപിള്ളയും ആലപ്പുഴ ജയിലിലുള്ള കെ.സി. ജോർജ്ജും ഒരേ സമയം ജയിൽ ചാടാനുള്ള ഒരു ശ്രമം ആയിടക്ക് നടത്തിയിരുന്നു. അതിനുള്ള ചില നിർദ്ദേശങ്ങൾ മാത്യുവിന് കൃഷ്ണപിള്ള നിൽകിയിരുന്നു. ഈ ശ്രമം നടക്കാത്ത സാഹചര്യം വന്നാൽ തങ്കമ്മയുടെ കയ്യിലുള്ള രേഖകൾ വാങ്ങി തിരിച്ചുപോകാനുള്ള നിർദ്ദേശം മാത്യുവിന് ലഭിച്ചു. അതുപ്രകാരം രേഖകളെല്ലാം തിരിച്ചു വാങ്ങിപ്പോകുന്ന സമയത്ത് നേരത്തേ എഴുതിയ കത്തിന്റെ പേരിൽ മാത്യൂ തങ്കമ്മയോട് ക്ഷമ ചോദിച്ചു കൊണ്ട് ഇങ്ങനെ പറഞ്ഞു.

'ഇന്നുമുതൽ നിങ്ങളെന്റെ ചേച്ചിയാണ്. എന്റെ മാത്രമല്ല, പാർട്ടിയുടെ തന്നെ ചേച്ചിയായി നാളെ നിങ്ങൾ വരും.'

മാത്യുവിന്റെ വാക്കുകൾ അന്വർത്ഥമാക്കുന്നതായിരുന്നു പിന്നീടുള്ള കാലം. പിന്നീടവർ സഖാക്കളുടെയെല്ലാം ചേച്ചിയായിത്തീർന്നു.

തങ്കമ്മയുടെ രഹസ്യപ്രവർത്തനം പോലീസ് അറിഞ്ഞതുപോലെ നാട്ടുകാരും അത്യാവശ്യം അറിഞ്ഞു തുടങ്ങി. പോലീസ് ചോദ്യം ചെയ്തതോടെ അയ്യൻപിള്ള ജോലി ഉപേക്ഷിച്ച് നാടുവിട്ടു. സാഖാവിന്റെ നിർദ്ദേശപ്രകാരം സി.ഒ. മാത്യുപോയി. വിവരം വീട്ടിലറിഞ്ഞപ്പോൾ വീട്ടുകാർ ഭയപ്പെട്ടു. രാജദ്രോഹിയെ സഹായിച്ചതിന് തല്ലും ശകാരവും നന്നായി കിട്ടി.

അയ്യൻപിള്ളയെ കാണാതായതോടെ തങ്കമ്മ അദ്ദേഹത്തെ അന്വേഷിച്ച് വീട്ടിൽ പോയി. അയ്യൻപിള്ളയോട് സാദൃശ്യമുള്ള അനുജൻ ചുടലയാണ്ടിയെ സഖാവിനെ കാണുന്നതിന് ചുമതലപ്പെടുത്തി. ജയിൽപുള്ളികൾ കുളികഴിഞ്ഞ് വന്ന് ഹോട്ടലിൽ

കാപ്പികുടിക്കുന്നതിന് കയറുന്ന ഹോട്ടലിനു പരിസരത്ത് രണ്ട് മൂന്ന് ദിവസം ചുറ്റിപ്പറ്റി നിന്നാൽ കൃഷ്ണപിള്ളയുമായി ബന്ധം വെക്കാൻ കഴിയുമെന്ന വിശ്വാസത്തിൽ അദ്ദേഹത്തെ പറഞ്ഞയച്ചു. കാര്യം നടന്നു. കുറച്ചുകാലം കത്തുകൾ കൈമാറിയത് ചുടലയാണ്ടിയിലൂടെ യായിരുന്നു.

1942 മാർച്ചിൽ കൃഷ്ണപിള്ള ജയിൽ മോചിതനായി. നേരെ ശുചീന്ദ്രത്ത് ചെന്ന് തങ്കമ്മയുടെ വീട്ടിലേക്ക് ചെന്നു. തങ്കമ്മ വീട്ടിലുണ്ടായിരുന്നില്ല. അവർ നാഗർകോവിലിൽ സത്യവാൻ സാവിത്രി സിനിമ കാണാൻ പോയതായിരുന്നു. തങ്കമ്മയുടെ അമ്മ വന്നയാളിനോട് ആരാണെന്നന്വേഷിച്ചു. താൻ വൈക്കത്തുകാരനാണെന്നും തന്റെ സഹോദരിയുടെ കൂടെയാണ് തങ്കമ്മ പഠിച്ചതെന്നും അവൾ പറഞ്ഞതിനനുസരിച്ച് തങ്കമ്മയെ കാണാൻ വന്നതാണെന്നും പറഞ്ഞു.

ചുടലയാണ്ടിയെ വിട്ട് തങ്കമ്മയെ തിയേറ്ററിൽ നിന്ന് വിളിപ്പിച്ചു. അച്ഛനെ വിളിക്കാൻ അനുജത്തി ശുചീന്ദ്രം ക്ഷേത്രത്തിലേക്കു പോയി. കൃഷ്ണപിള്ള ആഗമനോദ്ദേശ്യം വെളിപ്പെടുത്തി. തങ്കമ്മയുടെ അമ്മ വല്ലാതെ പരിഭ്രമിച്ചു. മുൻകോപിയായ അച്ഛൻ വന്നപ്പോൾ അദ്ദേഹത്തോട് തങ്കമ്മയെ വിവാഹം കഴിച്ചുതരണമെന്ന് ഒരു കൂസലുമില്ലാതെ കൃഷ്ണപിള്ള അഭ്യർത്ഥിച്ചു.

പെട്ടെന്ന് കയറിവന്ന് കല്യാണം കഴിച്ചു തരണമെന്ന പറയുന്നതിന്റെ അയുക്തികത അദ്ദേഹം പ്രകടിപ്പിച്ചു. ജാതകം, വീടിന്റെയും കുടുംബത്തിന്റെയും ചുറ്റുപാടുകൾ ഇവ അന്വേഷിക്കാതെ എങ്ങനെ കല്യാണം നടത്തിത്തരുമെന്നായിരുന്നു ജനാർദ്ദനൻ പോറ്റിയുടെ പ്രതികരണം.

വിവാഹത്തെക്കുറിച്ചുള്ള തന്റെ സങ്കൽപവും കുടുംബത്തെപ്പറ്റിയും കൃഷ്ണപിള്ള വിശദീകരിച്ചു. യാതൊരാഡംബരത്തിനും സ്വത്തിനും ആവശ്യപ്പെടില്ലെന്ന് ഈ നിൽപിൽ രജിസ്റ്റർ ചെയ്തയച്ചാലും മതിയെന്നും അദ്ദേഹം പറഞ്ഞു. തങ്കമ്മയെയല്ലാതെ മറ്റൊരാളെയും വിവാഹം കഴിക്കില്ലെന്നും തീർത്തുപറഞ്ഞു. ജനാർദ്ദനൻ പോറ്റി എല്ലാം കേട്ടുനിന്നതല്ലാതെ മറിച്ചൊന്നും പറഞ്ഞില്ല.

തങ്കമ്മയോട് വിവാഹത്തെപ്പറ്റി വീട്ടുകാരുമായി ആലോചിക്കാൻ പറഞ്ഞ് കാലത്ത് വരാമെന്നും പറഞ്ഞ് സഖാവ് പടിയിറങ്ങിപ്പോയി.

ഈ സമയം സി.ഐ.ഡി കളും പോലീസും വീടിനു പരിസരത്ത് എല്ലാ നിരീക്ഷിക്കുന്നുണ്ടായിരുന്നു. അകാരണമായി പോലീസിനെ കണ്ടതോടെ നാട്ടുകാരും വീടിനു ചുറ്റും വന്നുനിന്നു.

ഈ സംഭവം വീട്ടിൽ വലിയ കോലാഹലമുണ്ടാക്കി. കോപാകുല നായ ജനാർദ്ദനൻ മകളെ ഭീകരമായി മർദ്ദിച്ചു. രൂക്ഷമായി ശകാരിച്ചു. വീണ്ടും വീണ്ടും മർദ്ദിക്കുന്നത് കണ്ടപ്പോൾ അദ്ദേഹത്തിന്റെ സുഹൃത്ത് ആർ.പി. നായർ അദ്ദേഹത്തെ സമാധാനിപ്പിച്ചു. അദ്ദേഹം വീട്ടിൽ നിന്നിറങ്ങി പുറത്തേക്ക് പോയി.

തങ്കമ്മ ഉറച്ച തീരുമാനമെടുത്തു. പിറ്റേന്ന് സഖാവ് വന്നാൽ അദ്ദേ ഹത്തിന്റെ കൂടെ പോകുക. പറഞ്ഞതുപോലെ സഖാവ് രാവിലെത ന്നെ തങ്കമ്മയുടെ വീട്ടിലെത്തി. കൃഷ്ണദാസ് സാറിന്റെ വീട്ടിലാണ് തലേദിവസം അദ്ദേഹം താമസിച്ചിരുന്നത്. അദ്ദേഹം തങ്കമ്മയെ കുറിച്ച് നല്ല അഭിപ്രായമാണ് പറഞ്ഞത്. കൃഷ്ണപിള്ള തങ്കമ്മയുടെ വീട്ടിലെത്തുമ്പോൾ തങ്കമ്മയുടെ അച്ഛൻ ജനാർദ്ദനൻ പോറ്റി അമ്പ ലത്തിലായിരുന്ന അദ്ദേഹത്തെ ആളയച്ച് വിളിപ്പിച്ചു.

മുഖവുരയൊന്നും കൂടാതെ സഖാവ് കാര്യമവതരിപ്പിച്ചു. ആലോചിച്ച് തീരുമാനിക്കാമെന്നും മേൽവിലാസം തന്നാൽ വിവ രമറിയിക്കാമെന്ന് ഒഴികഴിവു മറുപടിയാണ് ജനാർദ്ദനൻ പോറ്റി പറഞ്ഞത്.

തനിക്കിവിടെ ചെലവഴിക്കാൻ സമയമില്ലെന്നും. ഉച്ചയ്ക്കു മുമ്പ് പോകണമെന്നും അതുകൊണ്ട് തങ്കമ്മയുടെഅഭിപ്രായമെന്തെന്നും കൃഷ്ണപിള്ള ചോദിച്ചു. അച്ഛനെ പേടിച്ച് തങ്കമ്മ ആദ്യമൊന്നും പറഞ്ഞില്ല. വീണ്ടും ചോദ്യമാവർത്തിച്ചപ്പോൾ തങ്കമ്മ ധൈര്യം സംഭരിച്ച് മറുപടി പറഞ്ഞു. ഇവിടെ നടന്ന ബഹളങ്ങളൊക്കെ നാട്ടുകാരറിഞ്ഞ സ്ഥിതിക്ക് ഇനി ഇദ്ദേഹത്തെ മാത്രമേ വിവാഹം കഴിക്കൂ എന്നും വിവാഹം രജിസ്റ്റർ ചെയ്യില്ലെങ്കിൽ അദ്ദേഹത്തിന്റെ കൂടെ ഇറങ്ങിപ്പോകുമെന്നും പറഞ്ഞു.

പെട്ടെന്ന് ഞെട്ടിപ്പോയെങ്കിലും ജനാർദ്ദനൻ പോറ്റി കുലുങ്ങിയി ല്ല. അദ്ദേഹം മകളുടെ ഭാവിയെക്കുറിച്ച് വല്ലാതെ ആശങ്കപ്പെട്ടു.

അവസാനം സുഹൃത്തുക്കളുടെ സ്നേഹപൂർണ്ണമായ ഉപദേശം അദ്ദേഹം ചെവിക്കൊണ്ടു. മാന്യമായി വന്ന പെണ്ണു ചോദിച്ച ആളുടെ കൂടെ പറഞ്ഞയ്ക്കാതെ പെണ്ണിറങ്ങിപ്പോയാലുണ്ടാകുന്ന മാനഹാനി സുഹൃത്തുക്കൾ അദ്ദേഹത്തെ ബോധ്യപ്പെടുത്തി.

അതോടെ ശുചീന്ദ്രം സബ് രജിസ്ട്രാറെ വീട്ടിൽ വിളിച്ചു വരുത്തി. വിവാഹം റജിസ്റ്റർ ചെയ്തു. കൊട്ടും കുരവയും ആർഭാടവുമില്ലാതെ വിവാഹം കഴിഞ്ഞു. തങ്കമ്മയുടെ വീട്ടിൽ നിന്ന് ഉച്ചഭക്ഷണം കഴി ച്ചശേഷം അന്നു തന്നെ ദമ്പതികൾ യാത്രപറഞ്ഞിറങ്ങി.

വിവാഹം കഴിഞ്ഞെങ്കിലും സ്വന്തമായി വീടോ സ്വത്തോ ഒന്നുമി ല്ലാത്ത കൃഷ്ണപിള്ളയ്ക്ക് എല്ലാം പാർട്ടിയായിരുന്നു. തറവാട് ഭാഗംവെച്ച പണം ഹിന്ദിപഠനകാലത്ത് ചെലവഴിച്ചശേഷം ഒരുതരം ആസ്തിയും അദ്ദേഹം സ്വന്തമായി വെച്ചില്ല. അതതു കാലത്തെ ജീവിതചെല വിന് പണം കണ്ടെത്താൻ അദ്ധ്വാനിച്ചു എന്നല്ലാതെ ഒരു സമ്പാദ്യ വുമുണ്ടായിരുന്നില്ല.

വിവാഹം ഒരർത്ഥത്തിൽ പാർട്ടിക്കുവേണ്ടിയായിരുന്നു എന്നതാണ് ശരിയായ കാരണം. തനിക്കിഷ്ടപ്പെട്ടൊരു യുവതിയെ തന്റെ ജീവിതത്തിലേക്കെന്ന പോലെ പാർട്ടിയിലേക്കും ക്ഷണിക്കു കയായിരുന്നു അദ്ദേഹം. തന്റെ ഭാര്യയെന്ന നിലയിൽ ഒരു കമ്മ്യൂണി സ്റ്റ് പാർട്ടി പ്രവർത്തനത്തിന് നേതൃപരമായ പങ്കുവഹിക്കാൻ തങ്കമ്മ യ്ക്ക് കഴിയുമെന്ന് അദ്ദേഹം കണക്കുക്കൂട്ടിയിരുന്നു. ജയിലഴിക്കുള്ളിൽ പുറത്തധികമാരും അറിയാതെനിന്ന സമയത്ത് പുറലോകവുമായി തന്നെ ബന്ധിപ്പിച്ചതിന് തങ്കമ്മയുടെ ബുദ്ധിപൂർവ്വമായ നീക്കങ്ങൾ അദ്ദേഹം വിലയിരുത്തിയിരുന്നു. തന്നോടൊപ്പം ഇറങ്ങിവരാൻ കാണിച്ച ധൈര്യവും ഏതു പ്രതിസന്ധിയെ നേരിടാനുള്ള തന്റേടവും തങ്കമ്മയുടെ വ്യക്തിത്വത്തിന്റെ പ്രത്യേകതയായി അദ്ദേഹം മനസ്സി ലാക്കി. വിവാഹശേഷം താൻ ഒളിവിലോ ജയിലിലോ ആയാലും പുറത്ത് പ്രവർത്തനരംഗത്ത് നിൽക്കാനും പ്രതിസന്ധികളെ മറി കടക്കാനുമുള്ള പരിശീലനം തങ്കമ്മയ്ക്കാവശ്യമായിരുന്നു. അതിന് കൃഷ്ണപിള്ള കണ്ട മാർഗ്ഗം തന്റെ എല്ലാ സുഹൃത്തുക്കളുടെയും സഖാ ക്കളെയും വീടുകളിൽ താമസിച്ച് തങ്കമ്മയെ അവർക്കെല്ലാവർക്കും പരിചയപ്പെടുത്തുക എന്നതായിരുന്നു. തന്റെ പ്രവർത്തന കേന്ദ്രം മലബാറിലേക്ക് മാറ്റാൻ തീരുമാനിച്ച സാഹചര്യത്തിൽ തിരുവി താംകൂറിൽ ഒരു വാടകവീടിനെക്കുറിച്ചുപോലും അദ്ദേഹം ചിന്തിച്ചില്ല.

വിവാഹം കഴിഞ്ഞ് നേരെ തിരുവനന്തപുരത്തെത്തി. പൊന്നറ ശ്രീധരന്റെ വീട്ടിലേക്കാണ് പോയത്. യാത്രയിലുടനീളം പാർട്ടിയെ ക്കുറിച്ചും വരും നാളുകളിൽ അനുഭവിക്കാൻ പോകുന്ന പ്രയാസങ്ങളെ ക്കുറിച്ചും തങ്കമ്മയെ ബോധ്യപ്പെടുത്താനാണ് കൃഷ്ണപിള്ള ശ്രമിച്ചത്. പാർട്ടികഴിഞ്ഞാൻ തനിക്കേറ്റവും പ്രിയം തങ്കത്തിനെയാണ് എന്ന അദ്ദേഹത്തിന്റെ ആത്മാർത്ഥമായ വാക്കുകൾ ഏത് ത്യാഗവും സഹിക്കാൻ തങ്കമ്മയ്ക്ക് കരുത്ത് പകർന്നു. നവവധുവിനെ പൊന്ന റയുടെ സഹോദരിമാർക്കൊപ്പമാക്കി പാർട്ടിക്കാര്യങ്ങൾക്കായി പോയ സഖാവ് തിരിച്ചു വന്നത് ഏറെ വൈകിയാണ്. അപ്പോഴേക്കും മണിയറയിൽ കാത്തിരുന്ന തങ്കമ്മ ഉറങ്ങിപ്പോയിരുന്നു. കാലത്തെ ണീറ്റപ്പോഴാണ് സുഖമായി കിടന്നുറങ്ങുന്ന നവവരനെ കാണുന്നത്.

ഒരു ദിവസം കൂടി അവിടെ താമസിച്ച ശേഷം പന്തളത്തുള്ള എ.എൻ ഗോവിന്ദൻനായരുടെ വീട്ടിലേക്കാണ് പോയത്. പന്തളത്തുനിന്നും കെ.സി ജോർജിന്റെയും എം.എൻ.ന്റെയും കൂടെയാണ് വീട്ടിലേക്ക് പോയത്. അവിടെ താമസിച്ച മൂന്ന് ദിവസവും കൃഷ്ണപിള്ളയ്ക്ക് തിരക്കിട്ട പരിപാടികളായിരുന്നു. അതുകഴിഞ്ഞ് നേരെ കെ.സി. ജോർജിന്റെ വീട്ടിലേക്ക്. അടൂരിലെ കെ.സിയുടെ സഹോദരിയുടെ വീട്ടിൽ ഉച്ചഭക്ഷണം കഴിച്ചശേഷം ഏഴം കുളത്ത് കെ.സിയുടെ തറവാട്ടു വീട്ടിലേക്കെത്തി. അവിടെ താമസിച്ച ഒരാഴ്ചക്കാലത്ത് കൃഷ്ണപിള്ള രാത്രി പതിനൊന്നു മണിക്കുമുമ്പായി വീട്ടിലെത്തിയിരുന്നു. കെ.സി. ജോർജിന്റെ യുക്തി പൂർവ്വമായ ഇടപെടലിന്റെ ഭാഗമായിരുന്നു ഇത്. കൃഷ്ണപിള്ളയുടെ ഭാര്യയായി ഉയരാൻ ശ്രമിക്കണമെന്ന പിതൃതുല്യമായ ഉപദേശത്തോടെയാണ് കെ.സി ജോർജിന്റെ അച്ഛൻ തങ്കമ്മയെ യാത്രയയച്ചത്.

വിവാഹം കഴിഞ്ഞ് രണ്ടാഴ്ച്ച പിന്നിടുമ്പോഴാണ് കെ.സി. ജോർജിന്റെ വീട്ടിൽ നിന്നും കൃഷ്ണപിള്ളയും തങ്കമ്മയും വൈക്കത്തെത്തുന്നത്. അനുജൻ, നാണപ്പനും ഭാര്യയും രണ്ട് മക്കളുടെ മടങ്ങുന്ന കുടുംബമാണ് കൃഷ്ണപിള്ളയുടെ തറവാട്ടിലുള്ളത്. രണ്ട് ദിവസത്തെ താമസിത്തിനിടയ്ക്ക് ചേട്ടൻ പഴയ ജോലി തിരികെ സ്വീകരിച്ച് സ്വസ്ഥമായി കഴിയുന്നതിലാണ് അനുജന് താൽപര്യമെന്ന് തങ്കമ്മ മനസ്സിലാക്കി. തറവാട്ടിൽ നിന്നും നേരെ ആലപ്പുഴ തെക്കൻ ആര്യാട്ട് താമസിക്കുന്ന ഗൗരിച്ചേച്ചിയുടെ വീട്ടിൽ പേയി. സഹോദരൻ പ്രകടിപ്പിച്ച അതേ വികാരമാണ് ചേച്ചിയും പ്രകടിപ്പിച്ചത്. അങ്ങനെ കുടുംബവുമായി ഒതുങ്ങിക്കൂടാൻ ഒരിക്കലും കൃഷ്ണപിള്ളയ്ക്ക് സാധ്യമല്ലെന്ന് തങ്കമ്മയ്ക്ക് നന്നായി ബോധ്യപ്പെട്ടു.

ആലപ്പുഴ കയർ വർക്കേഴ്സ് യൂണിയനാഫീസിൽ പോയി ആർ. സുഗതൻ, ടി.വി തോമസ്, പി.ജി പത്മനാഭൻ തുടങ്ങിയ സഖാക്കളെ പരിചയപ്പെടുത്തി. സുഗതൻ സാർ 'ശ്രീമതി' എന്നാണ് തങ്കമ്മയെ അഭിസംബോധന ചെയ്യുത്. പിന്നീട് ചെറുപ്പക്കാരായ സഖാക്കൾ 'ചേച്ചി' വിളിസ്വീകരിച്ചതു പോലെ മുതിർന്നവർക്ക് തങ്കമ്മ ശ്രീമതിയായി. കയർ വർക്കേഴ്സ് യൂണിയൻ പ്രസിഡണ്ട് പി.എൻ. കൃഷ്ണപിള്ളയുടെ വീട്ടിൽ പോയി തിരിച്ചുവരും വഴി ആലപ്പുഴ ടാക്കീസിൽ നിന്നും കിസ്മത്ത് എന്ന ഹിന്ദി സിനിമകണ്ടു. നേരം വൈകി വീട്ടിലെത്തിയതിന് ചേച്ചിയുടെ ചീത്ത വേണ്ടുവോളം കേട്ടു.

തങ്കമ്മയുടെ ആഗ്രഹപ്രകാരം നേരത്തെ കത്തുകളിലൂടെ മാത്രം പരിചയമുണ്ടായിരുന്ന സി.ജിയുടെ സഹോദരി ചന്ദ്രികയെ വീട്ടിൽ പോയി കണ്ടു.

പാർട്ടി തീരുമാന പ്രകാരം കൃഷ്ണപിള്ളയ്ക്ക് മലബാറിലേക്ക് പോകണം. തങ്കമ്മയ്ക്ക് താമസം തീരുമാനിച്ചത് സ: പി.ജി പത്മനാഭന്റെ പാതിരപ്പള്ളിയിലുള്ള വീട്ടിലാണ്. ചേച്ചിയുടെ വീട് തെക്കനാര്യനാട്ടുള്ളപ്പോൾ തങ്കമ്മ വേറൊരു വീട്ടിൽ താമസിക്കുന്നത് ചേച്ചിക്കിഷ്ടമായില്ലെങ്കിലും സഖാവിന്റെ നിർബന്ധം കാരണം അതേ നടന്നുള്ളൂ.

ആഴ്ചകളോളം മലബാറിൽ പോയ സഖാവിനെക്കുറിച്ച് തങ്കമ്മയ്ക്ക് ഒരു വിവരവുമുണ്ടായിരുന്നില്ല. രണ്ടാഴ്ച കഴിഞ്ഞ് വരുമ്പോൾ തങ്കമ്മയ്ക്ക് ഒരു മലബാർ യാത്ര പ്ലാൻ ചെയ്താണ് സഖാവെത്തിയത്. പറശ്ശിനിക്കടവിൽ ഒരു ജാപ്പ് വിരുദ്ധ മേളയിൽ തങ്കമ്മ പ്രസംഗിക്കണമെന്ന് അവിടുത്തുകാർ നിർബന്ധിച്ചു. അവർക്ക് കൃഷ്ണപിള്ളയുടെ ഭാര്യയെ കാണണമെന്നതു തന്നെയായിരുന്നു പ്രധാന ആഗ്രഹം.

ഈ സമയത്ത് രസകരമായ ഒരു സംഭവം നടന്നു. വെറും രണ്ടു ജോഡി ഡ്രസ്സ് മാത്രമെടുത്ത് വീട്ടിൽ നിന്നിറങ്ങിയ തങ്കമ്മ വേറെ വസ്ത്രങ്ങളൊന്നും വാങ്ങിയിരുന്നില്ല. പറശ്ശിനിക്കടവിൽ പോകണമെങ്കിൽ പുതുതായി രണ്ടു ജോഡി ഡ്രസ്സെങ്കിലും വേണം. അത്തരമൊരു ചിന്തയേ സഖാവിനില്ലാത്തതിനാൽ തങ്കമ്മ ഇത് ശ്രദ്ധയിൽപ്പെടുത്തി. കൃഷ്ണപിള്ള മറുപടി പറഞ്ഞത് രസകരമായാണ്. റജിസ്റ്റർ ഫോറത്തിൽ ഒപ്പിടുമ്പോൾ നിനക്ക് വസ്ത്രങ്ങൾ വാങ്ങിത്തരാമെന്ന് എഴുതിയിരുന്നില്ല. തങ്കമ്മ പെട്ടന്ന് വല്ലാതായി. സമാധാനിപ്പിച്ചുകൊണ്ട് സഖാവ് പറഞ്ഞു നമുക്ക് ആവശ്യമുള്ളതെല്ലാം തരേണ്ടത് നമ്മൾ പ്രവർത്തിക്കുന്ന പാർട്ടിയാണ്. നീ അതിനുവേണ്ടി പ്രവർത്തിക്കുന്നു എന്നവർക്ക് തോന്നിയാൽ നിനക്കാവശ്യമുള്ളതെല്ലാം പാർട്ടി തരും.

പറഞ്ഞതിനോട് വിയോജിപ്പൊന്നും പറഞ്ഞില്ലെങ്കിലും തങ്കമ്മ ഉള്ള വസ്ത്രവുമെടുത്ത് യാത്രക്കൊരുങ്ങി. നേരത്തെ സ്ഥലപരിചയമുണ്ടായിരുന്ന സി.ഒ മാത്യുവാണ് കൂടെ വരുന്നത്. ആലപ്പുഴ ബസ്റ്റാൻൽ യാത്രയയക്കാൻ കൃഷ്ണപിള്ളയും വന്നു. ബസ് വിടാറായപ്പോൾ ഒരു തൊഴിലാളി സഖാവ് ഒരു പൊതി തങ്കമ്മയെ ഏൽപ്പിച്ചു. തൃശ്ശൂരിൽ സി. അച്യുതൻ മേനോന്റെ വീട്ടിലെത്തിയപ്പോഴാണ് തങ്കമ്മ പൊതി തുറന്നത്. രണ്ട് സാരിയും ബ്ലൗസും. ഈ പാർട്ടിയുടെ കരുതലിനെപ്പറ്റി തങ്കമ്മയ്ക്ക് ബോധ്യമാകുന്നത് അപ്പോഴാണ്.

ആലപ്പുഴയിൽ നിന്ന് എറണാകുളം വരെ ബസ്സിലും തൃശ്ശൂർവരെ ട്രെയിനിലും യാത്രചെയ്തു. അച്യുതമേനോന്റെ വീട്ടിൽ താമസിച്ചു. പിറ്റേന്ന് രാവിലെ കോഴിക്കോട് വൈ.എം.സി.എ.യിലുള്ള പാർട്ടി ഓഫീസിലെത്തി.

കോഴിക്കോട് നിന്ന് റോഡ് മാർഗ്ഗം തങ്കമ്മ പറശ്ശിനിക്കടവിലെത്തി. വധശിക്ഷയ്ക്ക് വിധിക്കപ്പെട്ട കെ.പി.ആർ ഗോപാലന്റെ വീട് സന്ദർശിച്ചു. ആദ്യമായി തങ്കമ്മ ഒരു രാഷ്ട്രീയ പൊതുയോഗത്തിൽ സംസാരിച്ചു. ഒരു തുടക്കക്കാരിയുടെ ജാള്യതയൊന്നുമില്ലാതെ മുൻപരിചയമില്ലാത്ത തങ്കമ്മ പ്രസംഗിച്ചു. മടക്കയാത്രയിൽ തലശ്ശേരി, ധർമ്മടം, മാഹി തുടങ്ങിയ സ്ഥലങ്ങളിലെ യോഗങ്ങളിലും പങ്കെടുത്തു. കോഴിക്കോട്ടെത്തി തിരുവണ്ണൂർ കോട്ടൻമിൽ തൊഴിലാളികളുടെ സ്വീകരണത്തിൽ പങ്കെടുത്തു. ഒ.ടി ശാരദകൃഷ്ണന്റെ വീട്ടിലാണ് താമസിച്ചത്. കൃഷ്ണപിള്ളയുടെ പഴയ സുഹൃത്തുക്കളൊക്കെ രാഷ്ട്രീയ ഭേദമന്യേ തങ്കമ്മയെ സന്ദർശിച്ചു. തിരിച്ച് ആലപ്പുഴയിലെത്തിയ തങ്കമ്മ കെ.വി പത്രോസിന്റെ വീട്ടിലേക്ക് താമസം മാറി.

1942-ൽ കൃഷ്ണപിള്ള തങ്കമ്മയെ മലബാറിലേക്ക് കൂട്ടിക്കൊണ്ടുവന്നു. അദ്ദേഹത്തിനുള്ള വാറണ്ട് അപ്പോഴേക്കും പിൻവലിച്ചിരുന്നു. അതിനാൽ മുഴുവൻ സമയവും പ്രവർത്തനരംഗത്തായിരുന്നു അദ്ദേഹം. മലബാറിലെത്തിയ ശേഷം മഹിളാപ്രവർത്തനങ്ങളുമായി തങ്കമ്മയും രംഗത്തേക്ക് വന്നു.

1946-ൽ കൃഷ്ണപിള്ള തെക്കി ബസാറിൽ താമസമാരംഭിച്ചു. തങ്കമ്മ ഗർഭിണിയായശേഷം ആരോഗ്യം വളരെ മോശമായ കാലത്താണ് വീടുമാറുന്നത്. തങ്കമ്മയുടെ അമ്മയെയും അനുജത്തിയെയും നാട്ടിൽ നിന്നു വരുത്തിയിരുന്നു. തൽക്കാലത്തേക്ക് പ്രവർത്തനമൊന്നും വേണ്ടായെന്നും കഠിനമായ ജോലി യൊന്നും ചെയ്യേണ്ടെന്നും തീരുമാനിച്ചു.

താനൊരച്ഛനാകാൻ പോകുന്ന എന്നതിൽ അതീവ സന്തോഷവാനാണെന്നങ്കിലും തങ്കമ്മയുടെ ആരോഗ്യ കാര്യത്തിൽ വേണ്ടത്ര ശ്രദ്ധിക്കാൻ കഴിഞ്ഞില്ല. കാര്യങ്ങളെല്ലാം പതിവിൻ പടി പൊയ്ക്കൊണ്ടിരുന്നു.

തെക്കെ മലബാറിലെ വീട്ടിൽവെച്ച് പാർട്ടി സ്റ്റേറ്റ് കമ്മിറ്റി കൂടിയ ദിവസം വൈകിട്ടായപ്പോൾ തങ്കമ്മയ്ക്ക് കലശലായ വേദന വന്നു. ഉടനെ ഡോക്ടറെ വിളിപ്പിച്ചു. മാസം തികഞ്ഞില്ലെങ്കിലും പ്രസവവേദനയാണ് എന്ന് ഡോക്ടർ പറഞ്ഞു. രാത്രിയോടെ പ്രസവം നടക്കുമെന്ന് പറഞ്ഞ് ഡോക്ടർ പോയി.

കമ്മിറ്റി ആറുമണിക്കവസാനിപ്പിച്ചു. രാത്രി പത്ത് മണിയോടെ തങ്കമ്മ ഇരട്ടക്കുട്ടികളെ പ്രസവിച്ചു. ഇരട്ടകുട്ടികളിൽ ഒരു മണിക്കൂറിനകം ആദ്യത്തെ കുട്ടി മരിച്ചു. പിറ്റേന്ന് രാവിലെ അടുത്ത കുട്ടിയും മരിച്ചു. ജീവിതത്തിലേറ്റവും ദുഃഖിച്ച് സഖാവിനെ കാണുന്നത് ഈ

അവസരത്തിലാണ്. ഇത് അദ്ദേഹത്തിന് വലിയൊരാഘാതമായിരുന്നു എങ്കിലും അദ്ദേഹം മറ്റുള്ളവരെ സമാധാനിപ്പിച്ചുകൊണ്ടിരുന്നു. പ്രതിസന്ധികളിലും തളരാതെ ഒരു കരുത്തുറ്റ കമ്യൂണിസ്റ്റുകാരനായി വ്യക്തിജീവിതത്തിലും മുന്നോട്ടുപോകാൻ കഴിഞ്ഞു എന്നതാണ് കൃഷ്ണപിള്ളയുടെ പ്രത്യേകത.

●

കോഴിക്കോട്ടെ കമ്യൂൺജീവിതം

അതിസാഹസികമായ ഒളിവു ജീവിതവും പലരുടെയും ജയിൽ ജീവിതവും അവസാനിച്ചതോടെ കോഴിക്കോട് കേന്ദ്രമായി പ്രവർത്തിക്കാൻ സംസ്ഥാന നേതാക്കൾ തീരുമാനിച്ചു. കുടുംബത്തെ പാർട്ടിയുമായും പ്രവർത്തനങ്ങളുമായും അടുപ്പിക്കുക എന്ന ലക്ഷ്യത്തോടെയായിരുന്നു കാര്യങ്ങൾ ആസൂത്രണം ചെയ്തത്. അങ്ങനെ കമ്യൂണിസ്റ്റ് സാഹചര്യങ്ങളിൽ ജീവിക്കാനുള്ള ഒരു എളിയ ശ്രമമായിരുന്നു കോഴിക്കോട്ടെ 'കമ്യൂൺ.' നിരോധനം നീങ്ങിയതോടെ കോഴിക്കോട്ടെ ഇന്നത്തെ കെ.എസ്.ആർ.ടി.സിക്ക് സമീപമുള്ള ഒരു രണ്ടു നിലക്കെട്ടിടത്തിൽ കേരളത്തിലെ കമ്യൂണിസ്റ്റ് പാർട്ടിയുടെ ആദ്യത്തെ കമ്യൂൺ ആരംഭിച്ചു.

പി.കൃഷ്ണപിള്ള, ഇ.എം.എസ്, പി. നാരായണൻ നായർ, ടി.സി നാരായണൻ നമ്പ്യാർ, എം. കണാരൻ, ഐ.സി.പി. നമ്പൂതിരി, കെ.പി.ജി., സി.ജെ തോമസ്., ഒ.എം.വി. നമ്പൂതിരിപ്പാട് മുതലായവർ കുടുംബസമേതം കമ്യൂണിൽ അംഗങ്ങളായി.

കെ.സി. ജോർജ്, കെ.എ. കേരളീയൻ, കെ.കെ. വാരിയർ, പരിയാരം കിട്ടേട്ടൻ, പി.സി. ചിത്രഭാനു, സി.ഉണ്ണിരാജ, സി.എം. കുഞ്ഞിരാമൻ, കോയിക്കുട്ടി എം.എസ്. ദേവദാസ്, ദേവകി, നാണു, പള്ളിശ്ശേരി നമ്പൂതിരി, ആര്യാപള്ളം, പ്രയദത്തകല്ലാട്, ദേവയാനി, യശോദ, ഒ.എം. അനുജൻ, അറുമുഖൻ, പി.ആർ, നമ്പ്യാർ, പി.ആർ ഭാസ്കരൻ, ചന്ദ്രൻ. പി.കെ വാര്യർ, പി.കെ. കുഞ്ഞനന്തൻ നായർ, പി.കെ. മുഹമ്മദ് കുഞ്ഞു തുടങ്ങിയവർ വിവിധ ഘട്ടങ്ങളിൽ കമ്യൂണിൽ താമസിച്ചവരാണ്.

ദേശാഭിമാനി പത്രാധിപസമിതിയിലുള്ളവരും ജോലിക്കാരും കമ്യൂണിലായിരുന്നു താമസിച്ചിരുന്നത്. കമ്യൂണിസ്റ്റ് മാതൃകയിൽ ജീവിക്കാനുള്ള പരിശീലനം സിദ്ധിക്കുക എന്നതും കൂട്ടായ ജീവിതത്തിലൂടെ പാർട്ടിയെ ശക്തിപ്പെടുത്തുക എന്നതുമായിരുന്നു കമ്യൂണിന്റെ ലക്ഷ്യം. കർശനമായ ചിട്ടകളോടെയായിരുന്നു

കമ്യൂണിലെ ജീവിതം. കൃഷ്ണപിള്ളയായിരുന്നു കമ്യൂൺ ജീവിതമെന്ന ആശയത്തിന് തുടക്കം നൽകിയത്. കമ്യൂണിലെ നിയമങ്ങൾ വിലപ്പച്ചെറുപ്പമില്ലാതെ എല്ലാവരും ഒരുപോലെ അനുസരിക്കാൻ ബാദ്ധ്യസ്ഥമായിരുന്നു.

രാവിലെ 5 മണിക്ക് ഉണർന്ന് വ്യായാമവും പ്രഭാതകൃത്യങ്ങളും നിർവ്വഹിച്ചശേഷം അവരവരുടെ മുറി വൃത്തിയാക്കണം, മുറ്റമടിക്കണം തുടങ്ങി എല്ലാകാര്യങ്ങളും ഊഴമനുസരിച്ച് എല്ലാവരും ചെയ്യണം. പള്ളിശ്ശേരി നമ്പൂതിരിക്കായിരുന്നു പാചകച്ചുമതല. ആഹാരം വിളമ്പുന്നത് ഊഴമനുസരിച്ച് മാറിമാറി ഓരോ കുടുംബവും ഏറ്റെടുക്കും.

ലളിതമായ ആഹാരരീതിയായിരുന്ന പിൻതുടർന്നത്. പുറത്ത് നിന്ന് ആരും സാധാരണ ഭക്ഷണം കഴിക്കാറില്ല. വീട്ടുചെലവുകൾ ഓരോ മാസവും ഓരോ കുടുംബം ഏറ്റെടുക്കണം. മറ്റു ചെലവുകൾ പങ്കാളിത്തത്തോടെ നിർവ്വഹിക്കണം. ഇതായിരുന്ന് കമ്യൂണിലെ രീതി. ദൈനംദിന രാഷ്ട്ര ചർച്ചകൾ, പ്രത്യയശാസ്ത്രത്തെ സംബന്ധിച്ച ക്ലാസുകൾ, സാഹിത്യചർച്ചകൾ, ദേശാഭിമാനി പത്രചർച്ചകൾ, കലാപരിപാടികൾ ചുവർപത്രനിർമ്മാണം എന്നിങ്ങനെ ബഹുവിധ പരിപാടികളോടെയാണ് കമ്യൂൺ ജീവിതം മുന്നോട്ടു പോയത്.

ഒരു ഹൗസ് കമ്മിറ്റിയായിരുന്നു കമ്യൂണിലെ കാര്യങ്ങൾ നിയന്ത്രിച്ചിരുന്നത്. ജനാധിപത്യപരമായ ചർച്ചകൾ നടത്തുകയും പൊതു തീരമാനങ്ങൾ എടുത്തു നടപ്പിലാക്കിക്കൊണ്ടും കമ്മിറ്റി പ്രവർത്തിച്ചു. കമ്യൂണിസ്റ്റ് രീതിയുള്ള ഒരു ആശ്രമജീവിതം തന്നെയായിരുന്നു ഒരർത്ഥത്തിൽ ഈ കമ്യൂൺ. കേരളത്തിലെ കമ്യൂണിസ്റ്റ് പാർട്ടിയുടെ വളർച്ചയ്ക്ക് നിർണ്ണായകമായ സംഭാവന നൽകാൻ കഴിഞ്ഞ കമ്യൂൺ കൃഷ്ണപിള്ളയുടെ ഭാവനാപരമായ ആസൂത്രണത്തിന്റെ വിജയമാണെന്ന്തന്നെ പറയാം.

●

തൊഴിലാളി പ്രസ്ഥാനത്തിന്റെആദ്യ പഥികൻ

സാമ്രാജ്യത്വ വിരുദ്ധസമരം ശക്തിപ്പെടുന്നതിന് തൊഴിലാളികളും അധ്വാനിക്കുന്ന മറ്റ് ജനവിഭാഗങ്ങളും മുന്നോട്ടു വന്നാൽ മാത്രമേ കഴിയൂ എന്ന തിരിച്ചറിവാണ് തൊഴിലാളി സംഘടനകളുടെ രൂപീകരണത്തിലേക്ക് കൃഷ്ണപിള്ളയുടെ ശ്രദ്ധ തിരിക്കുന്നത്. 1928 ലെ ദക്ഷിണേന്ത്യൻ റയിൽവേപണി മുടക്കം ഉണ്ടാക്കിയ ആവേശം ഇതിന് പ്രേരണാഘടകമായി. ഈ സമയത്ത് സംഘടിതമായ തൊഴിലാളി പ്രസ്ഥാനം കേരളത്തിലെവിടെയും ഉണ്ടായിരുന്നില്ല. തൊഴിൽത്തർക്കങ്ങൾ പരിഹരിക്കുന്നതിനും മറ്റും കഴിഞ്ഞിരുന്ന ചെറിയ ചില ഗ്രൂപ്പുകൾ തൊഴിലാളികൾക്കിടയിൽ വളർന്നുവന്നിരുന്നുവെങ്കിലും അതിന് വ്യാപകമായ സംഘടനസംവിധാനമുണ്ടായിരുന്നില്ല.

ചെറിയ ചെറിയ ഗ്രൂപ്പുകളെ രാഷ്ട്രീയമായി സന്നദ്ധമാക്കാനും സംഘടിത പ്രസ്ഥാനമായി വളർത്തിയെടുക്കാനും പുതിയ മേഖലകളിൽ കടന്നു ചെന്ന് സംഘബോധം പകർന്നു നൽകാനും കൃഷ്ണപിള്ള നൽകിയ സംഭാവന ചെറുതല്ല. ഇതിന്റെ ആദ്യപടിയായി 1934 ഏപ്രിൽ 22 ന് അദ്ദേഹം തൊഴിലാളികൾക്കായി ഒരു നിശാപാഠശാല ആരംഭിച്ചു. കോഴിക്കോട് ഒന്നാംഗേറ്റിനു സമീപമുള്ള ഒരു മാളികയിലായിരുന്നു ഇതാരംഭിച്ചത്. പി. കൃഷ്ണപിള്ളയെ കൂടാതെ സേട്ട്നാഗ്ജി പുരുഷോത്തം കമ്പനിയിലെ സാരാബായ് പാട്ടേൽ, മഞ്ചുനാഥറാവു, കെ.പി. ഗോപാലൻ, കെ.എ. കേരളീയൻ തുടങ്ങിയവർ 22 ന് വൈകീട്ട് നടന്ന ക്ലാസിൽ പങ്കെടുത്തു. തൊഴിലാളികൾക്ക് എഴുത്തും വായനയും പൊതുവിജ്ഞാനവും കമ്പനി പ്രവർത്തനങ്ങളുടെ സുഗമമായ നടത്തിപ്പിനും പരിശീലനം നൽകുക എന്നതായിരുന്നു പാഠശാലയുടെ ലക്ഷ്യം. 1938ൽ ഇത് ഒരു തൊഴിലാളി വിദ്യാലയമായി ഉയർത്താനുള്ള പരിശ്രമങ്ങൾ നടത്തി. 1938 ജൂലൈ 17ന് തൊഴിലാളി വിദ്യാലയം ഇ.എം.എസ്. ഉദ്ഘാടനം

ചെയ്തെങ്കിലും ഫലപ്രദമായി അത് വിജയിപ്പിക്കാൻ കഴിഞ്ഞില്ല. 1934-ൽ കോഴിക്കോട്ടെ വിവിധ കമ്പനികളിൽ ജോലിചെയ്യുന്ന 17 തൊഴിലാളികളെ സംഘടിപ്പിച്ച് കാലികറ്റ് ലേബർ യൂണിയൻ രൂപീകരിക്കുന്നത് കേരളത്തിലെ തൊഴിലാളി സംഘടന രൂപീകരണ ചരിത്രത്തിലെ നിർണായകമായ അധ്യായമാണ്.

1935 ലെ തിരുവണ്ണൂർ കോട്ടൺ മിൽ സമരം, ഫറോക്കിലെ ഓട്ടു കമ്പനി തൊഴിലാളികളുടെ സമരം 1937 ലെ ബീഡിത്തൊഴിലാളി പണിമുടക്കങ്ങൾ, നെയ്ത്തു തൊഴിലാളിപണിമുടക്കങ്ങൾ, തുടങ്ങി മലബാറിൽ നടന്ന തൊഴിലാളി മുന്നേറ്റങ്ങളുടെയെല്ലാം മുന്നണിപ്പോരാളി കൃഷ്ണപിള്ളയായിരുന്നു. 1937 ലെ പുതിയറ ഓട്ടുകമ്പനി തൊഴിലാളികളുടെ സമരത്തിന് നേതൃത്വം കൊടുത്ത കൃഷ്ണപിള്ളയെയും കൂട്ടരെയും പോലീസ് അറസ്റ്റ് ചെയ്തു. ഒക്ടോബർ മാസം 11 ന് അറസ്റ്റ് ചെയ്യപ്പെട്ട കൃഷ്ണപിള്ളയെ ജാമ്യത്തിൽ വിട്ടു. 1938 ജനുവരി 15 ന് കേസിന്റെ വിധി പറഞ്ഞു. ഒരു മാസത്തെ ജയിൽ വാസത്തിനു കൃഷ്ണപിള്ള ശിക്ഷിക്കപ്പെട്ടു. ഒരു മാസത്തെ ജയിൽ വാസത്തിനു ശേഷം കൃഷ്ണപിള്ള ജയിൽമോചിതനായി.

1935 മെയ് 26 ന് കോഴിക്കോട് ചേർന്ന ഒന്നാം അഖില കേരള തൊഴിലാളി സമ്മേളനത്തിന്റെ മുഖ്യസംഘാടകൻ കൃഷ്ണപിള്ളയായിരുന്നു. തൊഴിലാളികൾ സംസ്ഥാനാടിസ്ഥാനത്തിൽ ഒരു സംഘടനയുടെ കീഴിൽ വരുന്നത് ഈ സമ്മേളനത്തോടുകൂടിയാണ്. സമ്മേളനത്തിൽ പി. കൃഷ്ണപിള്ള സെക്രട്ടറിയായി തെരഞ്ഞെടുക്കപ്പെട്ടു.

കേരളത്തിൽ സംഘടിത തൊഴിലാളി വർഗ്ഗത്തെ വളർത്തിയെടുക്കുന്നതിൽ ബുദ്ധിപൂർവ്വമായ ഇടപെടലുകൾ നടത്തിയതിലും സംഘടനരൂപത്തിലേക്ക് അവരുടെ ശേഷിയെ മാറ്റുന്നതിലും കൃഷ്ണപിള്ള കാണിച്ച മാതൃക വിവരണാതീതമായിരുന്നു.

●

ജയിൽവാസക്കാലം

തന്റെ ഹ്രസ്വമായ സാമൂഹ്യ രാഷ്ട്രീയ ജീവിതകാലയളവിനുള്ളിൽ 5 തവണയായി മൂന്നുവർഷക്കാലം ജയിൽവാസമനുഭവിച്ച അപൂർവ്വ ജീവിതമാണ് കൃഷ്ണപിള്ളയുടേത്.

കോഴിക്കോട് കടപ്പുറത്ത് 1930 മെയ് 12ന് നടത്തിയ ഉപ്പുനിയമ ലംഘന സമരത്തിന്റെ ഭാഗമായി വിചാരണനടത്തി PC 145, മദിരാശി ഉപ്പു നിയമം 74 C, 74 F നിയമങ്ങൾ പ്രകാരം 9 മാസം കഠിന തടവ്. ശിക്ഷവിധിച്ച ദിവസം കോഴിക്കോട് സബ് ജയിലിലും പിറ്റേന്ന് രാവിലെ ബസ്സിൽ വെസ്റ്റ്ഹിൽ റെയിൽവേ സ്റ്റേഷനിൽ. ട്രെയിനിൽ പ്രത്യേകം ബോഗിയിൽ കണ്ണൂരിലേക്കും കൊണ്ടു പോയി. ജയിലിലെ മനുഷ്യത്വരഹിതമായ പെരുമാറ്റത്തിൽ അതിശക്തമായ പ്രതിഷേധമാണ് കൃഷ്ണപിള്ളയുടെ നേതൃത്വത്തിൽ നടന്നത്. ജയിൽ സൂപ്രണ്ട് കാണ്ടുവാല രാഷ്ട്രീയത്തടവുകാർക്കെതിരായ ക്രൂരകൃത്യങ്ങളുടെ പേരിൽ ചോദ്യം ചെയ്തതിനെത്തുടർന്ന് കാൽചങ്ങലയിട്ട് കണ്ടംസ് സെല്ലിലേക്ക് മാറ്റി. ഇതിനെതിരെയും മോശം ഭക്ഷണത്തിനെതിരെയും മെയാരത്ത് ശങ്കരനും, ഇസി കുഞ്ഞിക്കണ്ണൻ നമ്പ്യാരും നിരാഹാരസമരം നടത്തി.

ഇതിനെത്തുടർന്ന് 1930 ജൂൺ 11ന് കൃഷ്ണപിള്ളയെയും കൂട്ടരെയും വെല്ലൂർ ജയിലിലേക്ക് മാറ്റി. താമസിയാതെ അദ്ദേഹത്തെ സേലം ജയിലിലേക്ക് മാറ്റി. ബടുകേശ്വർ ദത്തുമായും മറ്റു വിപ്ലവകാരികളുമായി ഹൃദയബന്ധം സ്ഥാപിക്കുന്നത് ഈ കാലയളവിലാണ്. 1931 ഫെബ്രുവരിയിൽ സേലം ജയിലിൽ നിന്നും മോചിതരായ കൃഷ്ണപിള്ള കോൺഗ്രസ് പ്രവർത്തനങ്ങളിൽ സജീവമായി. 1932 ലെ സിവിൽ നിയമലംഘന സമരത്തിൽ പങ്കെടുത്ത് 1932 ജനുവരി 5ന് CPC144 ലംഘിച്ചതിനെത്തുടർന്ന് കോഴിക്കോട് കടപ്പുറത്ത് വെച്ച് അറസ്റ്റ് ചെയ്യപ്പെട്ടു. കെ.എ ദാമോദരമേനോൻ ശ്രീമതി കാർത്ത്യായനി അമ്മ, കൃഷ്ണപിള്ള എന്നിവരാണ് സമരത്തിനുണ്ടായിരുന്നത്. അറസ്റ്റ് ചെയ്ത കൃഷ്ണപിള്ളയ്ക്ക് ക്രൂരമർദ്ദനമേറ്റു. റിമാന്റിലായ പ്രതികളെ

ജനവരി 15ന് വിചാരണ ചെയ്തു. ജനവരി 16ന് IPC 117, 118A വകുപ്പുകൾ പ്രകാരം ആറ് മാസത്തെ കഠിനതടവിന് ശിക്ഷിച്ചു. ആദ്യം കോഴിക്കോട് സബ് ജയിലിലും പിന്നീട് കണ്ണൂർ സെൻട്രൽ ജയിലിലേക്കും മാറ്റി, സി. ക്ലാസ് തടവുകാരനായ കൃഷ്ണപിള്ളയ്ക്ക് ക്രൂരമായ മർദ്ദനമേൽക്കേണ്ടിവന്നു. ജയിലിനകത്ത് സ്വതന്ത്രമായി നടക്കാനുള്ള അനുവാദം നൽക്കാത്തതിനാൽ കമ്പിവേലി ചാടിക്കടന്നതിനെ തുടർന്ന് ഭീകരമായ മർദ്ധനം ഏൽക്കേണ്ടി വന്നു. ഇതിനെതിരെ നടന്ന നിരാഹാര സമരം അതിശക്തമായിരുന്നു. ഒരു തടവുകാരനെ പല്ല് അടിച്ചുകൊഴിച്ചതിനെതിരെ നടന്ന 3 ദിവസം നീണ്ടുനിന്ന പണിമുടക്കവും നിരാഹാരവ്രതതവും കണ്ണൂർ ജയിലിലെ പുതിയ അനുഭവമായിരുന്നു. ഡെപ്യൂട്ടി ജയിലർ വൈദ്യനാഥ അയ്യരുടെ നേതൃത്വത്തിൽ ജയിലിൽ നടത്തിയ സംഹാര താണ്ഡവം എ.കെ. ജി, കൃഷ്ണപിള്ള, പി. കേശവൻനായർ എന്നിവർക്ക് ഗുരുതരമായ പരിക്കേൽക്കുന്നതിലേക്കും അത് ജയിൽ അധികാരികളെ മാറ്റുന്ന വിധത്തിലേക്കുമുള്ള സംഭവത്തിലേക്കും എത്തിച്ചു. തടവുകാരെ മറ്റ് ജയിലുകളിലേക്ക് മാറ്റാൻ ഇത് കാരണമാക്കി. എ.കെ.ജി.യെ കടലൂരിലേക്കും കൃഷ്ണപിള്ളയെ കോഴിക്കോട് സബ് ജയിലിലേക്കും മാറ്റി. മദ്രാസ് ജയിലിലേക്കാണ് മറ്റു പല മലയാളി തടവുകാരെയും മാറ്റിയത്. 1932 ജൂലൈയിൽ കോഴിക്കോട് ജയിലിൽ നിന്നും ശിക്ഷ കഴിഞ്ഞ് കൃഷ്ണപിള്ള പുറത്തുവന്നു.

1933 ജനവരി 26ന പൂർണസ്വാതന്ത്ര ദിനത്തിന്റെ ഭാഗമായി അറസ്റ്റുചെയ്യപ്പെട്ട കൃഷ്ണപിള്ളയെയും കൂട്ടരെയും 6 മാസത്തെ തടവിനു ശിക്ഷിച്ചു. 1933 ആഗസ്റ്റിലാണ് ജയിൽമോചിതനാകുന്നത്. പുതിയറ ഓട്ടുകമ്പനിയിൽ നടന്ന പണിമുടക്കത്തിലും പിക്കറ്റിംഗിലും പങ്കെടുത്ത് അറസ്റ്റ് ചെയ്ത കൃഷ്ണപിള്ളയെ 1938 ജനവരി 15ന് കോഴിക്കോട് സബ് ഡിവിഷണൽ മജിസ്ട്രേറ്റ് ഒരു മാസത്തെ തടവുശിക്ഷ വിധിച്ചു. കോഴിക്കോട് സബ് ജയിലിൽ നിന്ന് 1938 ഫെബ്രുവരി 15ന് പുറത്തിറങ്ങി.

കമ്യൂണിസ്റ്റ് നിരോധനത്തെ തുടർന്ന് ഒളിവിലായിരുന്ന കൃഷ്ണപിള്ള 1940 ഡിസംബർ 10ന് കൃഷ്ണപിള്ളയെ തിരുവിതാംകൂർ പോലീസ് വൈക്കത്ത് വെച്ച് അറസ്റ്റ് ചെയ്തു. ആദ്യം തിരുവനന്തപുരം സെന്ട്രൽ ജയിലും പിന്നീട് ശുചീന്ദ്രത്തെ എടലാക്കുടി സബ്ബ്ജയിലിലുമടച്ചു. നിരോധനം നീങ്ങിയതിനെ തുടർന്ന് 1942 മാർച്ച് 24 ന് ജയിൽ മോചിതനായി.

●

ജനകീയയുദ്ധവും ക്വിറ്റ്ഇന്ത്യാസമരവും–ചില ആശയസംഘർഷങ്ങളും

1942 ജൂലൈ 22ന് കമ്യൂണിസ്റ്റ് പാർട്ടി നിരോധനം പിൻവലിച്ചതോടെ ജാപ്പ് വിരുദ്ധ മേളകളും സോവിയറ്റ് സൗഹൃദ സമ്മേളനങ്ങളും സംഘടിപ്പിച്ചുകൊണ്ട് ജനങ്ങളിലേക്കിറങ്ങി. എങ്കിലും പാർട്ടി അംഗങ്ങളെയും അനുഭാവികളെയും പുതിയ നയത്തെ ബോധ്യപ്പെടുത്തുന്നതിന് വലിയ പ്രയത്നമാണ് നേതാക്കൾക്കുണ്ടായത്. ഒരു ഭാഗത്ത് സോവിയറ്റ് യൂണിയൻ അന്തിമവിജയത്തിന്റെ നേതൃത്വമാകുമെന്ന ശുഭാപ്തിവിശ്വാസവും മറുഭാഗത്ത് ബ്രിട്ടീഷുകാരനോട് സന്ധി ചെയ്യേണ്ടിവരുമെന്ന അപകർഷതാബോധവും കമ്യൂണിസ്റ്റ് പാർട്ടിക്കുണ്ടായി. ഇത് മറികടക്കുന്നതിന് ജനങ്ങളെ കൂടുതൽ ബോധ്യപ്പെടുത്തുന്ന വിധത്തിൽ ശക്തമായ ആശയപ്രചാരണത്തിന് കലാസാംസ്കാരിക പരിപാടികൾ ഉൾക്കൊള്ളിച്ചുകൊണ്ടുള്ള ജാപ്പ് വിരുദ്ധമേളകളും സോവിയറ്റ് സൗഹൃദ സമ്മേളനങ്ങളും കേരളത്തിലുടനീളം സംഘടിക്കപ്പെട്ടു.

1941 ഡിസംബർ 7 ന് അപ്രതീക്ഷിതമായ പേൾഹാർബർ ആക്രമണത്തോടെ ജപ്പാൻ ഫാസിസ്റ്റ് യുദ്ധമുന്നണിയിൽ ചേരുകയും ഏഷ്യയിലാകെ ഭീതി പരത്തുകയും ചെയ്തു. 1942 മാർച്ച് 8 ന് ജപ്പാൻ പട റങ്കൂൺ കീഴടക്കി. ഇന്ത്യനതിർത്തിവരെ എത്തിച്ചേർന്നു. ഈ സാഹ ചര്യത്തിൽ ഇന്ത്യയെ യുദ്ധത്തിൽ പങ്കാളിയാക്കാതെ മുന്നോട്ടു പോകാൻ കഴിയാത്ത അവസ്ഥ വന്നപ്പോൾ ബ്രിട്ടൺ പുതിയ തന്ത്രം പ്രയോഗിച്ചു. സർ സ്റ്റോഫേർഡ് ക്രിപ്സിനെ ഇന്ത്യയിലേക്കയച്ച് ചില സുപ്രധാന ചർച്ചകൾക്ക് തുടക്കം കുറിച്ചു.

ക്രിപ്സ് ദൗത്യം നിർവ്വഹിക്കുന്നതിനിടെതന്നെ ജപ്പാൻപട, സിങ്കപ്പൂരും ആന്റമാൻ നിക്കോബാർ ദ്വീപും കൈയടക്കി ഇന്ത്യയെ ആക്രമിക്കാനാരംഭിച്ചു. വിശാഖപട്ടണം, കാക്കിനാഡ തുറമുഖങ്ങളിലേക്ക് 1942 ഏപ്രിൽ 6ന് ജപ്പാൻ നാവികപ്പട ബോംബാക്രമണം നടത്തി.

ഇതോടെ ബ്രിട്ടനെ യുദ്ധത്തിൽ സഹായിക്കുകയെന്ന കമ്യൂണിസ്റ്റ് പാർട്ടി നയത്തിന് കൂടുതൽ പ്രാധാന്യം കൈവന്നു. സ്വരാജ്യപ്രേമികളെല്ലാം ജനകീയ യുദ്ധത്തിൽ സഖ്യശക്തികളെ സഹായിക്കണമെന്ന പാർട്ടി പ്രസ്താവനകളും സർക്കുലറുകളും പുറത്തിറക്കി.

ക്രിപ്സ് മിഷന്റെ നിർദ്ദേശങ്ങളെ കോൺഗ്രസ്സും ലീഗും ഹിന്ദുമഹാസഭയിലും സിക്കുകാരും, ആംഗ്ലോഇന്ത്യൻ സമൂഹവും ഉൾപ്പെടെ എല്ലാവരും തള്ളിയതോടെ പുതിയ പ്രതിസന്ധി ഉടലെടുത്തു

1942 ജൂലൈ 14-ാം തീയതി വാർദ്ധ എ.ഐ.സി.സി പ്രവർത്തക സമിതി യോഗത്തിൽ ക്വിറ്റ് ഇന്ത്യ പ്രമേയം അവതരിപ്പിക്കപ്പെട്ടു. ആഗസ്റ്റ് 4-ാം തിയതി പരിഷ്ക്കാരത്തോടുകൂടി പ്രമേയം വീണ്ടും പ്രവർത്തക സമിതി അംഗീകരിച്ചു. പ്രത്യക്ഷ സമരത്തിനുള്ള ആഹ്വാനവുമായി കോൺഗ്രസ് രംഗത്തെത്തി. 1942 ആഗസ്റ്റ് 8-ാം തിയതികളിൽ ബോംബെ എ.ഐ.സി.സി സമ്മേളനനത്തിൽ ക്വിറ്റ് ഇന്ത്യാ പ്രമേയം പാസ്സാക്കി. ചില ഭേതഗതികൾ കമ്യൂണിസ്റ്റുകാർ കൊണ്ടുവന്നെങ്കിലും അംഗീകരികപ്പെട്ടില്ല.

ആഗസ്റ്റ് 8ന് 'പ്രവർത്തിക്കു അല്ലെങ്കിൽ മരിക്കുക' എന്ന മുദ്രാവാക്യത്തോടെ ക്വിറ്റ് ഇന്ത്യാ പ്രമേയം അംഗീകരിച്ചതോടെ ഗാന്ധിജി, നെഹറു, പട്ടേൽ, ആസാദ് തുടങ്ങിയ നേതാക്കളെയെല്ലാം ജയിലിലടച്ചു. സമരത്തിന് നേതൃത്വമില്ലാവുകയും ഗാന്ധിജി ആഹ്വാനം ചെയ്തതുപോലെ തങ്ങൾക്കിഷ്ടമുള്ളത് ചെയ്തു കൊണ്ട് സമരത്തിലേക്കാളുകൾ വന്നുകൊണ്ടിരുന്നു. അക്രമരാഹിത്യവും അഹിംസയും ഉപേക്ഷിക്കപ്പെടുകയയും അതിരൂക്ഷമായ ഏറ്റുമുട്ടലുകൾ നടക്കുകയും ചെയ്തു. ആയിരക്കണക്കിനാളുകൾ കൊല്ലപ്പെടുകയും ഇരുപതിനായിരത്തിലധികം ആളുകൾ ജയിലടക്കപ്പെടുകയും ചെയ്തു.

യഥാർത്ഥത്തിൽ കമ്യൂണിസ്റ്റ് പാർട്ടി നിസ്സഹായകരമായ അവസ്ഥയിലായി സ്വാതന്ത്ര്യ സമരത്തെ ഒറ്റുകൊടുത്തവർ എന്ന പഴികേൾക്കേണ്ടിയും വന്നു.

ഇത്തരം പ്രതിസന്ധികളെ തരണം ചെയ്യുന്നതിന് സംഘടനയ്ക്കു കരുത്ത് പകരാനായി അഖിലേന്ത്യാ പ്ലീനം 1942 സെപ്തംബർ 15 മുതൽ 23 വരെ ചേർന്നു. പി. കൃഷ്ണപിള്ളയും സി.എച്ച് കണാരനും കേരളത്തെ പ്രതിനിധീകരിച്ച് പങ്കെടുത്തു.

ഇന്ത്യൻ ജനതയെ ഫാസിസ്റ്റ് വിരുദ്ധ ചേരിയിൽ അണിനിരത്തുന്നതിന് തടസ്സമായി നിർക്കുന്ന ബ്രിട്ടീഷ് ഗവൺമെന്റിന്റെ ഇന്ത്യാ വിരുദ്ധനയം തിരുത്തണമെന്ന് പ്ലീനം ആവശ്യപ്പെട്ടു. ജയിലിലിലടച്ച

ദേശീയ നേതാക്കളെ വിട്ടയക്കണമെന്നും കോൺഗ്രസ് - ലീഗ് ഐക്യം ഇന്ത്യൻ സ്വാതന്ത്ര്യ മുന്നേറ്റത്തിന് അനിവാര്യമാണെന്നും യോഗം വിലയിരുത്തി.

കേന്ദ്ര തീരുമാനങ്ങൾ ചർച്ച ചെയ്യുന്നതിനായി ഒക്ടോബർ 1 മുതൽ 3 വരെ കേരളപാർട്ടി പ്ലീനം കോഴിക്കോട് ചേർന്നു ദേശീയ ഗവർമെന്റിനും ഐക്യത്തോടെയുള്ള സമരത്തിനും സജ്ജരാക്കാനുള്ള പ്രവർത്തനങ്ങൾക്ക് കൃഷ്ണപിള്ള രൂപം നൽകി.

1942 നവംബർ 1 മുതൽ 8 വരെ ഐക്യവാരമായി ആചരിക്കാനുള്ള കേരള കമ്മിറ്റിയുടെ തീരുമാനം അതിഗംഭീരമായും ഐക്യത്തോടെയും നടന്നു. എന്നാൽ അതിനുശേഷവും പാർട്ടികകത്ത് കടുത്ത ഉൾപ്പാർട്ടി സമരം ഉയർന്നുവന്നു. സി.എച്ച് കണാരനും, ടി.കെ. രാജുവും, ഒരുവശത്തും കൃഷ്ണപിള്ളയും മറ്റു സഖാക്കളും മറുവശത്തുമായി കടുത്ത ആശയപോരാട്ടം നടന്നു. പ്രായോഗിക പ്രവർത്തനങ്ങൾ ഒന്നുമില്ലാത്ത ആശയ സംവാദം മാത്രമായി പാർട്ടി ഇരുപക്ഷത്തുമായി നിലയുറപ്പിച്ചു. തീരുമാനിച്ച പരിപാടികളൊന്നും നടന്നില്ല. ഇത് ഒരു വലിയ പ്രതിസന്ധിയായി ഉടലെടുത്തു. സംസ്ഥാന നേതൃത്വം എന്ന ഒന്നില്ലാതായി. അഭിപ്രായ വ്യത്യാസം സംഘടനാകമ്മിറ്റിയെ നിർജ്ജീവമാക്കി.

നാസി ആക്രമണത്തോടുകൂടി യുദ്ധത്തിന്റെ സ്വഭവത്തിൽ വന്ന മാറ്റത്തെ കുറിച്ചോ ക്വിറ്റ് ഇന്ത്യസമരത്തോടുള്ള നിലപാടിലോ അഭിപ്രായവ്യത്യാസം ഉണ്ടായിരുന്നില്ലെങ്കിലും ജനകീയയുദ്ധം വിജയിപ്പിക്കുന്നതിൽച്ചൊല്ലി രൂക്ഷമായ അഭിപ്രായ വ്യത്യാസം ഉടലെടുത്തു. ഭക്ഷ്യോൽപാദനം വർദ്ധിപ്പിക്കുന്നതിനുള്ള പ്രയത്നവും പണിമുടക്കങ്ങളെ സംബന്ധിച്ചുള്ള തർക്കവും അഭിപ്രായ വ്യത്യാസങ്ങൾക്ക് കാരണമായി.

വിപ്ലവപ്രവർത്തനത്തിന്റെ സുപ്രധാന ഘടകമായ ബഹുജന സംഘടനാ പ്രവർത്തനങ്ങളിൽ നിന്നും സമരങ്ങളിൽ നിന്നും ഒഴിഞ്ഞുനിന്നു കൊണ്ട് താത്വിക പ്രവർത്തനങ്ങളിലും ആശയപ്രചരണത്തിനും രാഷ്ട്രീയ നയരൂപീകരണത്തിലും മാത്രം മുഴുകുന്ന ഒരു വിഭാഗം പാർട്ടിയിൽ സ്വാധീനം വർദ്ധിപ്പിച്ചു എന്നതെല്ലാം പുതിയ പ്രതിസന്ധികളുടെ ആക്കം കൂട്ടി. ഇതിനിടയിൽ കേരളത്തിലെ ജനങ്ങളുടെ വൈകാരികമായ രാഷ്ട്രീയവും സാർവ്വദേശീയ തൊഴിലാളി വർഗ്ഗകാഴ്ചപ്പാടും പൊരുത്തപ്പെടുത്താൻ വലിയ പ്രയാസം നേരിട്ടു. ഇത് സമരം തന്നെ ജീവിതമാക്കിയ കൃഷ്ണപിള്ളയയെ പോലൊരാളെ കടുത്ത സമ്മർദ്ദത്തിലാഴ്ത്തി.

1943 ജൂണിൽ സെക്രട്ടറി പി. കൃഷ്ണപിള്ള സംസ്ഥാന കമ്മിറ്റി പിരിച്ചുവിട്ടു. അധികാരം മുഴുവൻ താൻ ഏറ്റെടുത്തതായി പ്രഖ്യാപിച്ചു. പാർട്ടി സംഘടനാതത്വത്തിന് നിരക്കുന്നതല്ലെങ്കിലും പാർട്ടിയെ രക്ഷിക്കാൻ അദ്ദേഹം കണ്ടെത്തിയത് ഈ വഴി മാത്രമായിരുന്നു.

കേരള പാർട്ടിയിൽ വന്ന പൊട്ടിത്തെറി പരിഹരിക്കുന്നതിന് പി.ബി. ഇടപെടുകയും ചില പരിഹാര പ്രക്രിയകൾ ആരംഭിക്കുകയും ചെയ്തു. പാർട്ടി സംസ്ഥാന കമ്മിറ്റിയും സെക്രട്ടറിയേറ്റും പുനഃസംഘടിപ്പിച്ചു.

പി. കൃഷ്ണപിള്ള സെക്രട്ടറിയും കെ.കെ. വാര്യർ പത്രാധിപരും, സി. ഉണ്ണിരാജ ഖജാൻജിയുമായി. പി. കൃഷ്ണപിള്ള കെ.എ കേരളീയൻ. രാമുണ്ണി നായർ (തമ്പാൻ) കെ.സി. ജോർജ്, എ.കെ. തമ്പി എന്നിവരടങ്ങിയ സംസ്ഥാന കമ്മിറ്റിയയെയും നിയമിച്ചു. സി.എച്ച് കണാരനേയും ടി. കെ. രാജുവിനേയും സംസ്ഥാന കമ്മിറ്റിയിൽ നിന്നൊഴിവാക്കി. അവർ പ്രവർത്തിക്കാൻ തയ്യാറാവുന്ന കീഴ്ഘടകത്തിൽ അവരെ ഉൾക്കൊള്ളിക്കാനും തയ്യാറാകാത്ത പക്ഷം മെമ്പർഷിപ്പിൽ നിന്നും ഒഴിവാക്കാനും തീരുമാനിച്ചു.

ദേശാഭിമാനി പത്രാധിപസമിതി അംഗങ്ങളായി സി. ഉണ്ണിരാജ, കെ.എ കേരളീയൻ, പി. നാരായണൻ നായർ, എം.എസ്. ദേവദാസ് എന്നിവരെ തീരുമാനിച്ചു. മൂന്ന് മേഖലകളിലായി സംഘടന കെട്ടിപ്പടുക്കുന്നതിന് മലബാറിൽ കേരളീയനും തമ്പാനും കൊച്ചിയിൽ കെ.കെ. വാര്യർക്കും തിരുവിതാം കൂറിൽ കെ.സി. ജോർജിനും ചുമതല നിശ്ചയിച്ചു.

1944 ജൂലൈയിൽ പുനസംഘടിപ്പിക്കപ്പെട്ട സംസ്ഥാന കമ്മിറ്റി കൂടുന്നതുവരെ പിളർപ്പിന്റെ വക്കോളമെത്തിയിരുന്ന കേരളത്തിലെ പാർട്ടി. 1945 ജനുവരിയോടുകൂടി പാർട്ടിയിൽ നടന്ന രൂക്ഷമായ അഭിപ്രായവ്യത്യാസം കെട്ടടങ്ങുകയും സംഘടനാപരമായി ശക്തിയാർജ്ജിച്ച് പാർട്ടി മുന്നേറ്റത്തിന്റെ പാതയായിലേക്ക്നീങ്ങി.

●

പുന്നപ്ര വയലാർ

തിരുവിതാംകൂറിലെ ആലപ്പുഴ ജില്ലയിലെ അമ്പലപ്പുഴ ചേർത്തല താലൂക്കുകളിൽ. 1946 ഓക്ടോബറിൽ നടന്ന ഐതിഹാസികമായ തൊഴിലാളിവർഗ്ഗമുന്നേറ്റമാണ് പുന്നപ്ര വയലാർ സമരം. തിരുവിതാംകൂർ ദിവാൻ സർ സി.പി. രാമസ്വാമി അയ്യരുടെ അമേരിക്കൻ മോഡലിനും ഭരണകൂട ഭീകരതയ്ക്കുമെതിരെക്കും ജന്മി-മുതലാളിമാരുടെ കൊടിയ ചൂഷണങ്ങൾക്കുമെതിരെ നടന്ന ഈ ബഹുജനസമരത്തിന് നേതൃത്വം കൊടുത്തത്. കമ്യൂണിസ്റ്റ് പാർട്ടിയായിരുന്നു.

തിരുവിതാംകൂർ സ്റ്റേറ്റ് കോൺഗ്രസിലെ ഇടതുപക്ഷക്കാരും സോഷ്യലിസ്റ്റുകാരും ചില കമ്യൂണിസ്റ്റിതര തൊഴിലാളി സംഘടനകളും ന്യായമായ അവകാശങ്ങൾക്കുവേണ്ടിയുള്ള ത്യാഗോജ്വലമായ ഈ സമരത്തിൽ അണിനിരന്നു.

മത്സ്യത്തൊഴിലാളികളൾ ഏറെയുള്ള പുന്നപ്ര, കയർ-കർഷകത്തൊഴിലാളി കേന്ദ്രമായ വയലാർ തുടങ്ങിയ സ്ഥലങ്ങളാണ് സമരത്തിന്റെ ഉജ്വലമായ അധ്യായങ്ങൾ രചിക്കപ്പെട്ട സ്ഥലങ്ങൾ

തിരുവിതാംകൂറിൽ 1945 ജൂണിൽ ശ്രീമൂലം അസംബ്ലിയിക്കുള്ള തെരഞ്ഞെടുപ്പ് നടന്നു. ജയിൽവാസം അനുഭവിച്ചതിന്റെ പേരിൽ അയോഗ്യതകൽപ്പിക്കപ്പെട്ടതിനാൽ തിരുവിതാംകൂർ സ്റ്റേറ്റ് കോൺഗ്രസിന്റെ ജനകീയ നേതാക്കളിൽ പലർക്കും മത്സരിക്കാനായില്ല. അതിനാൽ സ്റ്റേറ്റ് കോൺഗ്രസിൻ വളരെ കുറിച്ചു സീറ്റേ കിട്ടിയുള്ളൂ. ഇത് സ്റ്റേറ്റ് കോൺഗ്രസിന്റെ സ്വാധീനം കുറഞ്ഞു എന്ന് കാണിക്കാൻ ദിവാൻ സർ സി.പി. രാമസ്വാമി അയ്യർ ഉപയോഗിച്ചു.

1946 ജനുവരി 15ന് അമേരിക്കൻ മോഡൽ ഭരണപരിഷ്ക്കാരം ദിവാൻ പ്രഖ്യാപിച്ചു. പ്രായപൂർത്തി വോട്ടവകാശം അംഗീകരിക്കപ്പെട്ടെങ്കിലും തെരഞ്ഞെടുക്കപ്പെട്ട നിയമസഭയോട് ഉത്തരവാദിത്വമുള്ള ഒരു മന്ത്രിസഭ ഉണ്ടായിരുന്നില്ല. രാജാവിന് താൽപര്യമുള്ള ഒരു എക്സിക്യൂട്ടീവിനായിരിക്കും ഭരണച്ചുമതല. രാജാവിന് താൽപര്യമുള്ള

രണ്ടോ മൂന്നോ ജനപ്രതിനിധികളെ മന്ത്രിമാരാക്കാം. എന്നതൊഴിച്ചാൽ ദിവാൻ തന്നെ ഭരണചക്രം തിരിക്കുന്ന രീതിയായിരുന്നു അമേരിക്കൽ മോഡലിന്റെ ഉള്ളടക്കം. എന്നുമാത്രമല്ല സ്റ്റേറ്റ് കോൺഗ്രസ്സ് മുന്നോട്ടു വെച്ച ഉത്തരവാദിത്തഭരണം പൂർണ്ണമായും തള്ളുന്നതായിരുന്നു നയം. നിയമസഭയുടെ നിർദ്ദേശങ്ങൾ ദിവാനു വീറ്റോ ചെയ്യാനുള്ള അവകാശമുൾപ്പെടെ നൽകുന്നതായിരുന്ന നിയമം. അമേരിക്കയിലെ തെരഞ്ഞെടുക്കപ്പെട്ട പ്രസിഡണ്ടിനു പകരം തെരഞ്ഞുടുക്കപ്പെടാത്ത രാജാവും ദിവാനും ഭരണം നടത്തുന്നതരത്തിലാണ് കാര്യങ്ങൾ തിരുമാനിക്കപ്പെട്ടത്.

1946 ജൂലൈ 26ന് പറവൂർ മുതൽ ആലപ്പുഴ വരെയുള്ള പ്രദേശങ്ങളിലെ രണ്ടരലക്ഷം തൊഴിലാളികൾ പണിമുടക്കി. ഇത് മറ്റ് പ്രദേശങ്ങളിലേക്കും വ്യാപിച്ചു. നാട്ടുപ്രമാണിമാരും ജന്മികളും ഗുണ്ടകളെ ഇറക്കി സമരത്തെ പൊളിക്കാൻ ആവുന്നത്ര ശ്രമിച്ചെങ്കിലും പരാജയപ്പെട്ടു. തൊഴിലാളികൾക്കെതിരെ ക്രൂരമർദ്ദനം അഴിച്ചുവിട്ടു. സ്ത്രീകളെയുൾപ്പെടെ അക്രമിക്കുന്ന ഗുണ്ടാവിളയാട്ടം നാട്ടിൽ പതിവായി. വീടുകൾ തകർക്കലും കുടിയൊഴിപ്പിക്കലും നിത്യസംഭവമായി. അങ്ങനെവന്നപ്പോൾ സംഘടനാനേതൃത്വം ആലോചിച്ച് തൊഴിലാളികൾക്ക് സുരക്ഷിതമായ ക്യാമ്പുകൾ ഒരുക്കി. ക്യാമ്പിൽ സൈന്യത്തിൽനിന്നും വിരമിച്ച വരെ ഉപയോഗപ്പെടുത്തി കായിക പരിശീലനം നൽകി.

1946 ഒക്ടോബർ 1ന് സർ സി.പി തിരുവിതാംകൂറിൽ അടിയന്തരാവസ്ഥ പ്രഖ്യാപിച്ചു. സമരസംഘടനകളെ നിരോധിച്ചു നേതാക്കളെ അറസ്റ്റ് ചെയ്തു. പോലീസ് രാജിന്റെ അന്തരീക്ഷം തിരുവിതാകൂറിലാകെ ഭീതി വിതച്ചു. 1946 ഒക്ടോബർ 22 ന് പൊതു പണിമുടക്ക് പ്രഖ്യാപിച്ചു. ആലപ്പുഴയിലാണ് ശക്തമായ സമരം നടന്നത്. അതോടെ അവിടത്തെ തൊഴിലാളികൾ ഒറ്റപ്പെട്ടു. ആലപ്പുഴയിൽ പട്ടാളമിറങ്ങുകയും സമരക്കാരുമായി നിരന്തര സംഘർഷത്തിലേർപ്പെടുകയും ചെയ്തു. മഹാരാജാവിന്റെ ജന്മദിനമായ ഒക്ടോബർ 24ന് പുന്നപ്ര കേന്ദ്രീകരിച്ച് ശക്തമായ പ്രകടനം സംഘടിപ്പിക്കാൻ സമരസമിതി തീരുമാനിച്ചു. പോലീസ് ഭീകരവാഴ്ചയിൽ നാടുവിട്ടു മത്സ്യതൊഴിലാളികളെ പുനരധിവസിപ്പിക്കാനുള്ള ശക്തമായ നീക്കം നടന്നു. പുന്നപ്ര പോലീസ് ക്യാമ്പിലെ പോലീസുകാരും സമരക്കാരും നേരിട്ടേറ്റുമുട്ടി. ഒരു സബ് ഇൻസ്പെക്ടർ ഉൾപ്പെടെ ആറ് പോലീസുകാരും മുപ്പതോളം തൊഴിലാളികളും കൊല്ലപ്പെട്ടു. പോലീസിന്റെ തോക്കുകൾ പിടിച്ചെടുത്ത സമരക്കാൻ റോഡുകളും പാലങ്ങളും മറ്റ് കമ്യൂണിക്കേഷൻ സംവിധാനങ്ങളും തകർത്തു.

ഒക്ടോബർ 26ന് തിരുവിതാംകൂറിൽ പട്ടാളനിയമം പ്രഖ്യാപിച്ചു. തൊഴിലാളി ക്യാമ്പുകൾ ആക്രമിക്കപ്പെട്ടു. വയലാറിൽ അതിരൂക്ഷമായ ആക്രമണമാണ് നടന്നത്. 27ന് രാത്രി അഞ്ഞൂറോളം പട്ടാളക്കാർ ബോട്ടിൽ വന്നിറങ്ങി. അലകിന്നറ്റം ചെത്തിമിനുക്കിയ വാരിക്കുന്തങ്ങളും ഇരുമ്പുവടികളും കല്ലുമായി സമരക്കാർ പട്ടാളക്കാരോടേറ്റുമുട്ടി. ആർദ്ധരാത്രിയിൽ ആരംഭിച്ച ഏറ്റുമുട്ടൽ പുലർച്ചവരെ തുടർന്നു. ഔദ്യോഗിക കണക്കുപ്രകാരം 200 പേരാണ് മരിച്ചത്. പക്ഷെ മരണസംഖ്യ 600 കവിഞ്ഞു. വളണ്ടിയർ ക്യാമ്പുകൾ ഒക്ടോബർ 28ന് പരിച്ചുവിട്ടു. 31ന് പണിമുടക്ക് പിൻവലിക്കപ്പെട്ടു. ഐതിഹാസികമായ ചെറുത്തു നിർപ്പ് നടത്തിയ തൊഴിലാളി സമരം അടിച്ചമർത്തപ്പെട്ടു.

തിരുവിതാംകൂറിൽ നടന്ന സമരത്തിന് തൊഴിലാളികളെ സജ്ജമാക്കുന്നതിന് കൃഷ്ണപിള്ള നിർണായകപങ്കാണ് വഹിക്കുന്നത്. സർ. സി.പി. വിളിച്ചു ചേർത്ത ത്രികക്ഷി സമ്മേളനത്തിൽ പങ്കെടുക്കുന്നതിനെ ചൊല്ലിയുള്ള തർക്കം പരിഹരിക്കുന്നത് മുതൽ രക്തരൂക്ഷിതമായ ഏറ്റുമുട്ടലുകൾ നടക്കുന്നതുവരെയുള്ള സമരങ്ങൾക്ക് ഒളിഞ്ഞും തെളിഞ്ഞും കൃഷ്ണപിള്ള നേതൃത്വം കൊടുത്തു. ക്യാമ്പുകൾ തിരുമാനിക്കുകയും ക്യാമ്പിലെത്തുന്ന വളണ്ടിയർമാർക്ക് രാഷ്ട്രീയ വിദ്യാഭ്യാസവും കായിക പരിശീലനവും നൽകുന്നതിനുമുള്ള സംവിധാനം രൂപപ്പെടുത്തിയത് അദ്ദേഹമാണ്. രഹസ്യമായി പലതവണ അമ്പലപ്പുഴ ചേർത്തല താലൂക്കുകൾ സന്ദർശിക്കുകയും സഖാക്കൾക്ക് നേതൃത്വായി പ്രവർത്തിക്കുകയും ചെയ്തു. അതിശക്തമായ ചെറുത്തുനിൽപ്പ് നടത്താൻ തൊഴിലാളികളെയും അവരുടെ നേതാക്കളെയും സജ്ജരാക്കിയതുകൊണ്ട് മാത്രമാണ് പുന്നപ്രവയലാർ ഒരുതിഹാസമായി മാറിയത്.

●

കൽക്കത്താ തീസിസ്

1948 ഫെബ്രുവരി - മാർച്ച് മാസങ്ങളിലായി കമ്യൂണിസ്റ്റ് പാർട്ടി ഓഫ് ഇന്ത്യയുടെ രണ്ടാം പാർട്ടി കോൺഗ്രസ് കൽക്കത്തയിൽ നടന്നു. കൽക്കത്തയിൽ പരസ്യമായിത്തന്നെയാണ് സമ്മേളനനടപടികൾ നടത്തിയത്. നേതാക്കളിൽ പലർക്കും അറസ്റ്റ് വാറണ്ടുള്ളതിനാൽ കനത്തസുരക്ഷയിലാണ് സമ്മേളനം നടന്നത്.

സമ്മേളനത്തിൽ നിലവിലുള്ള നേതൃത്വം തയ്യാറാക്കിയ രാഷ്ട്രീയ തീസിസും പരിഷ്കരണ വാദികളുടെ വ്യതിയാനം സംബന്ധിച്ച റിപ്പോർട്ടും ചർച്ചയ്ക്ക് നടന്നു. ജനകീയ യുദ്ധകാലഘട്ടം മുതൽ പി.സി ജോഷിയുടെ നേതൃത്വത്തിൽ പാർട്ടി സ്വീകരിച്ച രാഷ്ട്രീയവും സംഘടനാപരവുമായ തെറ്റുകൾക്കെതിരെ ശക്തമായ എതിർപ്പുയർന്നുവന്നു. രണ്ട് നയങ്ങൾ സംബന്ധിച്ചും പൂർണ്ണമായ വ്യക്തത കൈവരാത്തതിനാൽ രണ്ട് റിപ്പാർട്ടുകളും സമ്മേളനം അംഗീകരിച്ചു. എങ്കിലും നയവ്യതിയാനത്തിനെതിരായ ആശയത്തിനായിരുന്നു മുൻതൂക്കം.

അധികാര കൈമാറ്റം ജനകീയ സമരത്തിന്റെ വിജയമല്ലെന്നും ദേശീയനേതൃത്വത്തിന്റെ കീഴടങ്ങലാണെന്നും വിലയിരുത്തപ്പെട്ടു. ഇന്ത്യൻ വിപ്ലവത്തെ അടിച്ചമർത്താനുള്ള പുതിയ ഭരണവർഗ്ഗം മാത്രമാണ് ഉണ്ടാക്കപ്പെട്ടതെന്നും സ്വാതന്ത്ര്യ ലബ്ധി വഞ്ചനാപരമാണെന്നും പ്രഖ്യാപിക്കപ്പെട്ടു. ജനങ്ങളെ അണിനിരത്തി പുന്നപ്രവയലാർ - തെലുങ്കാന മോഡലിൽ വിപ്ലവസമരം തുടങ്ങാൻ സമ്മേളനം അഹ്വാനം ചെയ്തു. ജനറൽ സെക്രട്ടറിയായിരുന്ന പി.സി. ജോഷി കേന്ദ്രകമ്മിറ്റി തെരഞ്ഞെടുപ്പിൽ പരാജയപ്പെട്ടു. പൊളിറ്റ് ബ്യൂറോയിൽ ജോഷിയെഴിച്ചുള്ള പഴയ മെമ്പർമാർ തുടർന്നെങ്കിലും അത് പഴയതിന്റെ തുടർച്ചയായിരുന്നില്ല. ബി.ടി. രണദിവെ ജനറൽ സെക്രട്ടറിയായി തെരഞ്ഞെടുക്കപ്പെട്ടു. 31 അംഗ കേന്ദ്രകമ്മിറ്റിയയിലും പോളിറ്റ് ബ്യൂറോയിലും പരിഷ്കരണ വാദികൾക്ക് വലിയ ഭൂരിപക്ഷമുണ്ടായിരുന്നു.

കൃഷ്ണപിള്ള കൽക്കത്താ പാർട്ടി കേൺഗ്രസ്സിൽ പങ്കെടുത്തില്ലെങ്കിലും അദ്ദേഹം കേന്ദ്രകമ്മിറ്റിയിലേക്ക് തെരഞ്ഞെടുക്കപ്പെട്ടു. ഇ.എം. എസ്, കെ.സി ജോർജ് എന്നിവരും കേന്ദ്രകമ്മിറ്റിയിൽവന്നു.

സമ്മേളനത്തെ തുടർന്ന് കോൺഗ്രസ് ഗവർമെന്റ് പബ്ലിക്ക് സെക്യൂരിറ്റി ഓർഡിനൻസ് കൊണ്ടുവന്നു. കമ്യൂണിസ്റ്റ് പാർട്ടി നിരോധിക്കപ്പെട്ടു. പ്രധാന നേതാക്കൻമാർക്കെതിരായ അറസ്റ്റ് വാറണ്ട് പുറപ്പെടുവിക്കപ്പെട്ടു.

1948 മാർച്ച് 4ന് ക്രമിനൽ ഭേദഗതി നിയമം 16-ാം വകുപ്പുപ്രകാരം മദ്രാസ് ഗവൺമെന്റ് സംഘടനകളെ നിരോധിച്ചു. ശാന്തിസേന. കമ്യൂണിസ്റ്റ് വളണ്ടിയർ കോർ, മദ്രാസ് ലേബർ യൂണിയൻ വളണ്ടിയേഴ്സ്, കമ്യൂണിസ്റ്റ് റെഡ്ക്രോസ് വളണ്ടിയേഴ്സ്, രാഷ്ട്രീയ സേവാദൾ വേളണ്ടിയർ, റെഡ് ഗാർഡ്സ്, ബ്ലൈക് ഷർട്ട്സ് തുടങ്ങിയ സംഘടനകൾക്ക് നിരോധനം വന്നു.

മാർച്ച് 5ന് കോഴിക്കോട്ടെ കമ്യൂണിസ്റ്റ് പാർട്ടി സംസ്ഥാന കമ്മിറ്റി ഓഫീസ് റെയ്ഡ് ചെയ്തു. പലപാർട്ടി പ്രവർത്തകൻമാരുടെ വീടുകളും പ്രദേശിക ഓഫീസുകളും റെയ്ഡുചെയ്തു. ചില രേഖകൾ പിടിച്ചെടുത്തു.

കോഴിക്കോട്ടെ കമ്യൂണിസ്റ്റ് പാർട്ടി സംസ്ഥാന കമ്മിറ്റി ഓഫീസ് മധ്യകേരളത്തിലെ രഹസ്യ കേന്ദ്രത്തിലേക്ക് മാറ്റാൻ തീരുമാനിച്ചു. കൃഷ്ണപിള്ളയ്ക്ക് ആ മേഖലയിൽ ഉണ്ടായിരുന്ന നല്ല പരിചയവും ഉയർന്ന വരുന്ന തൊഴിലാളി ഗ്രൂപ്പുകളുടെ സ്വാധീനവുമായിരുന്നു ഇതിന് പ്രേരിപ്പിച്ച പ്രധാനഘടകം.

കോൺഗ്രസ്സുകാരുടെയും സോഷ്യലിസ്റ്റുകാരുടെയും എതിർപ്പും പോലീസിന്റെ മർദ്ദനമുറകളും അതിജീവിച്ച് ചങ്ങനാശ്ശേരി കുമാരമംഗലത്ത് നീലമണി നമ്പൂതിരിയുടെ പേരിൽ എടുത്ത മുറിയിൽ പാർട്ടി രഹസ്യകേന്ദ്രം ആരംഭിച്ചു. കെ.ജി.എൻ. തമ്പാനായിരുന്നു കേന്ദ്രത്തിന്റെ പ്രധാന ചുമതല. കെ.പി. നാണു, പപ്പു ഏട്ടൻ, പി.കെ. കുഞ്ഞനന്തൻ നായർ, കൊച്ചനുജപിഷാരടി മുതലായവരായിരുന്നു പ്രധാനമായും രഹസ്യകേന്ദ്രത്തിൽ പ്രവർത്തിച്ചിരുന്നത്. നേതാക്കൾക്ക് ഒളിവിൽ കഴിയുന്നതിന് 16 രഹസ്യ കേന്ദ്രങ്ങളും കേന്ദ്ര നേതൃത്വവുമായി നിരന്തരബന്ധം സാധ്യമാക്കുന്നതിന് 'ടെക്' എന്ന രഹസ്യ സംഘടനയും രൂപീകരിച്ചു. നാഗർ കോവിലിനടുത്ത് തക്കലയിൽ രഹസ്യരേഖകളും സർക്കുലറുകളും തയ്യാറാക്കുന്നതിന് അച്ചടിയന്ത്രം രഹസ്യമായി സ്ഥാപിച്ചു.

മധ്യകേരളത്തിലും വിവിധ മേഖലകളിൽ ഒളിവിൽ കഴിയുന്ന സംസ്ഥാന നേതാക്കൾ പങ്കെടുത്തുകൊണ്ട് സംസ്ഥാന കമ്മിറ്റിയും നേതൃയോഗങ്ങളും നിരന്തരമായി നടന്നു. ഒളിവുകേന്ദ്രങ്ങളിൽനിന്നും ബഹുജനസമരങ്ങൾ സംഘടിപ്പിച്ചുകൊണ്ട് കൃഷ്ണപിള്ളയുടെ നേതൃത്വത്തിൽ സഖാക്കൾ കമ്യൂണിസ്റ്റ് പാർട്ടിയുടെ വളർച്ചയ്ക്ക് കരുത്തേകി.

ഭക്ഷ്യക്ഷാമം രൂക്ഷമായതിനെ തുടർന്ന് മലബാറിലെ വിവിധ കേന്ദ്രങ്ങളിൽ പൂഴ്ത്തിവെപ്പുകാർക്കും കരിഞ്ചക്കാർക്കുമെതിരെയുള്ള ശക്തമായ സമരങ്ങൾ നടത്താൻ കമ്യൂണിസ്റ്റ് പാർട്ടി തീരുമാനിച്ചു.

1948 ഏപ്രിൽ 11 ന് കോറോത്തെ കൃഷിക്കാരും തൊഴിലാളികളും ജാഥയായി ചെന്ന് ആലക്കാട്ടെ ചന്തുനമ്പ്യാരുടെ നെല്ലറ കുത്തിത്തുറന്നു. കോറോത്തെത്തിയ എം.എസ്.പിക്കാർ നേതാക്കളെ അറസ്റ്റ് ചെയ്തു. ജനങ്ങൾ ജാഥയായിച്ചെന്ന് സഖാക്കളെ വിട്ടയക്കണമെന്നാവശ്യപ്പെട്ടതോടെ വലിയ സംഘർഷമായി. കർഷകത്തൊഴിലാളിയായ ബി. പൊക്കൻ വെടിവെപ്പിൽ കൊല്ലപ്പെട്ടു. 1948 ഏപ്രിൽ 15 ന് തില്ലങ്കേരിയിൽ നടന്ന വെടിവെപ്പിൽ 7 സഖാക്കൾ കൊല്ലപ്പെട്ടു ഏപ്രിൽ 23 ന് പെരളത്തെ പുന്നക്കാടൻ കുഞ്ഞമ്പുവിനെ വെടിവെച്ചു കൊന്നു. ഏപ്രിൽ 28 ന് പി.സി. അനന്തനെ വളപട്ടണം സ്റ്റേഷനിൽ മർദ്ദിച്ചു കൊന്ന് പുഴയിൽ കെട്ടിത്താഴ്ത്തി.

1948 ഏപ്രിൽ 30 കമ്യൂണിസ്റ്റ് പാർട്ടി രഹസ്യയോഗം നടക്കുന്ന വിവരം പോലീസ് മണത്തറിഞ്ഞു. സ്ഥലത്തെത്തുന്ന കമ്യൂണിസ്റ്റ് നേതാക്കളെ പിടികൂടാൻ ഒഞ്ചിയത്ത് പോലീസെത്തി. നേതാക്കളെ യാരെയും കിട്ടാതായപ്പോൾ കർഷകകാരണവരായ പുളിയുള്ളതിൽ ചോയിയേയും മകൻ കണാരനെയും അറസ്റ്റ് ചെയ്തു. ചെന്നാട്ട് താഴ വയലിലെത്തിയപ്പോഴേക്കും ജനങ്ങൾ തടിച്ചുകൂടി. സഖാക്കളെ വിട്ടു നൽകാതെ പോലീസിനു മുന്നോട്ടു പോകാൻ കഴിയാത്ത അവസ്ഥ വന്നു. പോലീസ് വെടിവെപ്പിൽ എട്ട് പേർ രക്തസാക്ഷികളായി.

ഒഞ്ചിയത്തിന്റെ ധീരനേതാവ് മണ്ടോടി കണ്ണനെ പിടികൂടി ക്രൂരമായി മർദിച്ചു. ലോക്കപ്പ് ഭിത്തിയിൽ സ്വന്തം ചോരകൊണ്ട് അരിവാൾ ചുറ്റിക വരച്ച മണ്ടോടി കണ്ണൻ പിന്നീട് ജയിലിൽ വെച്ച് രക്തസാക്ഷിയായി. മർദ്ദനമേറ്റ കൊല്ലച്ചേരി കുമാരൻ മരണത്തിന് കീഴടങ്ങി.

മുനയൻ കുന്നിൽ ഏപ്രിൽ 30ന്റെ പാർട്ടിയോഗം നടന്നു. പുലർച്ചെ പോലീസുകാർ യോഗകേന്ദ്രം വളഞ്ഞു. ആറ് പേരെ വെടിവെച്ചും മർദ്ദിച്ചും കൊന്നു. 16 പേരെ അറസ്റ്റ് ചെയ്തു. പിടികൊടുക്കാതെ രക്ഷപ്പെട്ട മാവലായി ചിണ്ടൻ നമ്പ്യാരെയും മാരാങ്കാവിൽ

കുഞ്ഞമ്പുവിനെയും മർദ്ദിച്ചു കൊന്നു. കെ. അബ്ദുൾ ഖാദർ ജയിലിൽ വെച്ച് രക്തസാക്ഷിയായി.

മെയ് 28ന് പഴശ്ശിയിൽ പോലീസ് വെടിവെപ്പിൽ 4 സഖാക്കൾ രക്തസാക്ഷികളായി. മൊയരാത്തു ശങ്കരനെ 1948 മെയ് 12ന് കോൺഗ്രസ് ഗുണ്ടകൾ ഭീകരമായി മർദ്ദിച്ചു. പോലീസ് സ്റ്റേഷനിലും ജയിലിലും മർദ്ദനം തുടർന്നു. കണ്ണൂർ സബ്ജയിലിൽ വെച്ച് മൊയാരത്ത് രക്തസാക്ഷിയായി.

കമ്യൂണിസ്റ്റ് പ്രതികളെ പിടിച്ചുകൊടുക്കുന്നവർക്ക് ഇനാം പ്രഖ്യാപിച്ചു. നിരവധി കേസുകൾ രജിസ്റ്റർ ചെയ്യപ്പെട്ടു. അനവധി പോരെ വെടിവെച്ചു മർദ്ദിച്ചും കൊന്നു. ഇതിനെയൊന്നും കൂസാതെ ഒളിവിലിരുന്ന് കമ്യൂണിസ്റ്റ് പാർട്ടി നയിക്കുന്നതിന് കൃഷ്ണപിള്ളയും സഖാക്കളും കാട്ടിയ ധീരത അമാനുഷമെന്നു പറയാതെ വയ്യ.

●

എന്തു സംഭവിക്കുമെന്ന് എനിക്കറിയാം സഖാക്കളെ മുന്നോട്ട്

കൽക്കത്താതീസിസിനെ തുടർന്ന് നിരോധിക്കപ്പെട്ട കമ്യൂണിസ്റ്റ് പാർട്ടിയുടെ ഒരു രഹസ്യയോഗം 1948 ആഗസ്റ്റ് അവസാനം ആലപ്പുഴയിലെ കഞ്ഞിക്കുഴി പഞ്ചായത്തിലെ കണ്ണർകാട് വെച്ച് ചേരണമെന്ന് തീരുമാനിച്ചു. തിരുമാനിച്ച പ്രകാരം ഒളിവിലെ സഖാക്കൾക്ക് നിർദ്ദേശങ്ങൾ നൽകി ആഗസ്റ്റ് 10-ാം തീയതി രാത്രിയോടെ കൃഷ്ണപിള്ള കണ്ണാർകാട്ടെത്തി. മാരാരിക്കുളം പാലം വരെ കാറിലും അവിടെ നിന്നും എസ്കോർട്ടുകാരായ കണ്ണാർകാട്ട് വാസുവിനും എസ്. എൽ.പുരം സദാനന്ദനുമൊപ്പം കാൽനടയായി യാത്ര ചെയ്തുമാണ് അദ്ദേഹം കണ്ണാർകാട്ടെത്തിയത്. ദേശാഭിമാനി വായനശാലയ്ക്കു സമീപം എൻ.സി. ശേഖറുമായി കൂടിക്കാഴ്ച നടത്തിയശേഷം ഒളിവു കേന്ദ്രമായ ചെല്ലിക്കണ്ടത്തിൽ വീട്ടിലേക്ക് പോയി.

ചെല്ലിക്കണ്ടത്തിൽ നാണപ്പന്റെ വീടായിരുന്നു കൃഷ്ണപിള്ളയുടെ ഒളിസങ്കേതമായി തീരുമാനിച്ചത്. അവിടെ മുമ്പും കൃഷ്ണപിള്ള ഒളിവിൽ താമസിച്ചിട്ടുണ്ട്. അതിനാൽ അവിടെയുള്ള എല്ലാവരുമായും അദ്ദേഹത്തിന് നല്ല പരിചയമായിരുന്നു. നാണപ്പന്റെ അച്ഛൻ കുഞ്ഞുപിള്ളയും അമ്മ കല്യാണിയും ഒരു സഹോദരനും രണ്ട് സഹോദരിമാരും അടങ്ങിയ കുടുംബമായിരുന്നു അത്. നാണപ്പനും കുഞ്ഞുപിള്ളയും മുഹമ്മ കയർ ഫാക്ടറിയിലെ തൊഴിലാളികളാണ്. അനുജൻ രാഘവൻ വിദ്യാർത്ഥിയും.

ഓലമേഞ്ഞ ഒരു ചെറിയ വീടായിരുന്നു ചെല്ലിക്കണ്ടത്തിൽ വീട്. പലകകൾകൊണ്ട് മുറിതിരിച്ച് നിലത്ത് ചാണകം മെഴുകിയ ഈ കൊച്ചുവീടിന്റെ തെക്കേ മുറി സഖാവിന്റെ ഒളിത്താവളമായി.

രാമൻ എന്ന പേരാണ് ഒളിവു ജീവിതകാലങ്ങളിൽ കൃഷ്ണപിള്ള ഉപയോഗിച്ചത്. പകൽ സമയം അദ്ദേഹം ഷെൽട്ടറിൽ നിന്നും പൊതുവെ പുറത്തിറങ്ങിയിരുന്നില്ല. എഴുത്തും വായനയും ഉറക്കവുമായി മുറിക്കകത്ത് തന്നെ കഴിച്ചുകൂട്ടും. രാത്രി ഉറക്കം തീരെ

കുറവായിരുന്നു. സന്ധ്യകഴിയുമ്പോൾ ദേശാഭിമാനി വായശാലയ്ക്കുസമീപമുള്ള മണൽക്കുന്നിൽ എൻ.സി ശേഖർ. സി.ജി. സദാശിവൻ, കുമാരപ്പണിക്കർ, കെ.കെ. നായർ തുടങ്ങി ഒളിവു സഖാക്കളുമായി ആശയവിനിമയം നടത്തും.

രാത്രി 8 മണിയോടെയാണ് സാധാരണ കുളിക്കാറുള്ളത്. സ്വന്തം വസ്ത്രങ്ങൾ അലക്കി ഉപയോഗിക്കുന്നത് അദ്ദേഹത്തിന്റെ നിർബന്ധമായിരുന്നു. കണ്ണാർകാട്ടേക്ക് ഒളിവിനായി വരുമ്പോൾ ഒരു ചെങ്കോട്ട് മുണ്ടും ഷർട്ടും ഒരു മഴക്കോട്ടും മാത്രമാണ് വസ്ത്രങ്ങളായി കൈവശമുണ്ടായിരുന്നത്.

ഒളിവിലെയും യാത്രയിലെയും സൗകര്യത്തിനായി വളരെ കുറച്ചു സാധനങ്ങൾ മാത്രമാണ് കൃഷ്ണപിള്ള കൂടെകൊണ്ടുനടന്നത്. അത്യാവശ്യമുള്ള പുസ്തകങ്ങൾ പേന, കണ്ണട, ടോർച്ച്, കുട, പേഴ്സ് എന്നിവ ഒരു സഞ്ചിയിലാക്കിയാണ് അദ്ദേഹം കൊണ്ടുനടന്നത്. കണ്ണാർകോട്ടേക്ക് വരുമ്പോഴും ഇത്രയൊക്കെയെ അദ്ദേഹം കരുതിയിരുന്നുള്ളൂ. ആഗസ്റ്റ് 18ന് ചെല്ലിക്കണ്ടത്തിൽ വീട്ടിൽ നിന്നും മറ്റൊരു കേന്ദ്രത്തിലേക്ക് മാറണമെന്നായിരുന്നു നേരത്തെയുണ്ടാക്കിയ ധാരണ, എന്നാൽ കമ്മിറ്റിയിൽ വെക്കേണ്ട റിപ്പോർട്ടും മറ്റും പൂർത്തിയാക്കാൻ കഴിയാതിരുന്നതിനാൽ കൃഷ്ണപിള്ള തന്നെയാണ് ഷെൽട്ടർ മാറുന്ന തീരുമാനം മാറ്റിയത്.

1948 ആഗസ്റ്റ് 19 രാവിലെ കൃഷ്ണപിള്ളയ്ക്ക് ചായയും പ്രഭാതഭക്ഷണം കൊടുത്തത് രാഘവനായിരുന്നു. അപ്പോൾ കൃഷ്ണപിള്ള കട്ടിളപ്പടിയിലിരുന്നു പത്രം വായിക്കുകയായിരുന്നു. ചായമാത്രമേ അദ്ദേഹം കുടിച്ചുള്ളൂ. കുളികഴിഞ്ഞ് വന്ന രാഘവനോട് അൽപനേരം സംസാരിച്ചു.

രാഘവൻ മുഹമ്മയിലേക്ക് പോയി. ആ വിട്ടിലെ അമ്മ മുറ്റത്തെ കുളത്തിൽ ചൂണ്ടയിട്ടുകൊണ്ടിരിക്കുകയായിരുന്നു. സമയം ഏതാണ്ട് പത്ത്മണി കഴിഞ്ഞപ്പോൾ അകത്തെ മുറിയിൽ പത്തായത്തോട് ചാരിയിരുന്ന് പത്രം വായിക്കുകയായിരുന്ന കൃഷ്ണപിള്ളയുടെ കയ്യിൽ എന്തോ കടിച്ചു. പെട്ടെന്നെഴുന്നേറ്റോടിയ അദ്ദേഹം ചൂണ്ടയിട്ടിരുന്ന അമ്മയോട് എന്നെയെന്തോ കടിച്ചെന്നും പാമ്പാണെന്ന് തോന്നുന്നുവെന്നും പറഞ്ഞു.

വലതുകൈമുട്ടിൽ മുറിവുകണ്ട ഉടനെ പകച്ചുപോയ അമ്മ ഒരു തുണിയെടുത്ത് മുറിവു മുകളിലായി കെട്ടി. മുറിവിൽ അൽപം ചുണ്ണാമ്പ് പുരട്ടി. അൽപം മഞ്ഞളും അരച്ചു പുരട്ടി. വിഷപ്പാമ്പാണ് കടിച്ചതെന്നതിനാൽ ആ ഭാഗം മുഴുവൻ നീലനിറമായി.

തൊട്ടടുത്ത് ഒളിവിൽ കഴിയുന്ന സി.കെ. മാധവനെ വിളിക്കാനാവശ്യപ്പെട്ട് കൃഷ്ണപിള്ള മുറിയിലേക്ക് പോയി.

നേരത്തേ എഴുതിക്കൊണ്ടിരുന്ന "സ്വയം വിമർശനമില്ല. വിമർശനമുണ്ട്" എന്ന തുടങ്ങുന്ന റിപ്പോർട്ടിന്റെ അടിയിലായി ഇങ്ങനെ എഴുതി.

"എന്റെ കണ്ണിൽ ഇരുൾവ്യാപിച്ചുവരുന്നു. എന്റെ ശരീരമാകെ തളരുകയാണ്. എന്തു സംഭവിക്കുമെന്ന് എനിക്കറിയാം. സഖാക്കളേ മുന്നോട്ട് ലാൽസലാം."

റിപ്പോർട്ടെഴുതിയ നോട്ടുബുക്കിനുള്ളിൽ കണ്ണടയും പേനയും വെച്ച് അടുത്തുള്ള കട്ടിലിൽ ഇരുന്നു. സി.കെ. മാധവൻ ഓടിയെത്തുമ്പോഴേക്കും സഖാവിന്റെ നാവു കുഴഞ്ഞിരുന്നു.

കെ.വി. നാരായണനും വാസുവും തൊട്ടുപിന്നാലെയെത്തി. വിഷവൈദ്യനായ വെള്ളശ്ശേരി യെ വിളിക്കാൻ കെ.വി. നാരായണനേയും എസ്. കുമാരനെ വിളിക്കാൻ വാസുവിനെയും പറഞ്ഞയച്ചു. ആകെ അസ്വസ്ഥനായ സി.കെ. മാധവനെ സമാധാനിപ്പിച്ചുകൊണ്ട് അവസാനമായി അദ്ദേഹം പറഞ്ഞു. "സാരമില്ല എല്ലാസ്ഥലങ്ങളിലും വിവരമറയിക്കുക." പെട്ടെന്ന് സഖാവിന്റെ ശരീരം ആകെ ഒന്നു പിടഞ്ഞു. കണ്ണുകൾ ദൃഷ്ടി മറയുന്നതു പോലെ തോന്നലുണ്ടാക്കി. തലകറങ്ങുന്നുവെന്ന് സഖാവ് ആംഗ്യം കാണിച്ചു. സി.കെ. മാധവൻ കൃഷ്ണപിള്ളയുടെ തല തന്റെ മാറിലേക്ക് ചാരിക്കിടത്തി. നിമിഷങ്ങൾക്കകം ആ ശരീരം നിശ്ചലമായി. ഒന്നിനെയും ഭയക്കാത്ത ഒരു പുഞ്ചിരി ആ മുഖത്ത് ദൃശ്യമായി. നിമിഷങ്ങൾക്കകമെത്തിയ വിഷവൈദ്യൻ വെള്ളശ്ശേരി അദ്ദേഹത്തെ പരിശോധിച്ചു. ഉടനെ മറ്റാരെയെങ്കിലും കാണിക്കണമെന്ന് നിർദ്ദേശിച്ചു.

ഭരണകൂടം തലയ്ക്കു വില കൽപ്പിച്ച അദ്ദേഹത്തെ എങ്ങനെ പുറത്തു കൊണ്ടുപോകുമെന്നാലോചിച്ച് സഖാക്കൾ അസ്വസ്ഥമായി. അപ്പോഴേക്കും വിവരമറിഞ്ഞ് കുറെ സഖാക്കൾ ചെല്ലിക്കണ്ടത്തിലെത്തിയിരുന്നു. രണ്ടും കൽപ്പിച്ച് അവർ ഒരു തീരുമാനമെടുത്തു. എന്തുവന്നാലും സഖാവിനെ രക്ഷിക്കാൻ പറ്റാവുന്ന ഏതെങ്കിലും ചികിത്സകന്റെ അടുത്തെത്തിക്കുക. സഖാവിനെ ഒരു കട്ടിലിൽ കിടത്തി നേരെ കടിയം പള്ളി 'കടത്തുതണ്ടാർ'എന്ന വിഷവൈദ്യന്റെ വീട്ടിലെത്തിച്ചു. വലിയ വിഷഹാരിയായി അദ്ദേഹം ചില പ്രയോഗങ്ങളൊക്കെ നടത്തിനോക്കിയെങ്കിലും ഫലം കണ്ടില്ല. പിന്നീട് വിഷഹാരികളായ 'പന്നിശ്ശേരി'യുടെ വീട്ടിലും മുസ്ലീം വൈദ്യനായ കൈനകരി കൊച്ചിന്റെ വീട്ടിലും ആലപ്പുഴ വി.എ രാജയുടെ വീട്ടിലും എത്തിച്ചു.

വി.എ രാജയുടെ സഹോദരി മുറിവേറ്റഭാഗം പരിശോധിച്ചപ്പോൾ പി. കൃഷ്ണപിള്ള എന്ന് പച്ചകുത്തിയത് കണ്ട് അലറിക്കരഞ്ഞു. ഇവിടെയെത്തുമ്പോഴാണ് പ്രധാന സഖാക്കളൊഴികെയുള്ളവർക്ക് തങ്ങൾ ചുമന്നുകൊണ്ടുവന്നത് കൃഷ്ണപിള്ളയാണ് എന്നുപോലും അറിയുന്നത്.

വിവരമറിഞ്ഞപ്പോഴേക്കും പോലീസെത്തി. പോലീസിന്റെ സാന്നിദ്ധ്യത്തിൽ മറ്റു ചില വിഷഹാരികളെ കാണിച്ചു. രക്ഷയില്ലാതായപ്പോൾ രാത്രി 9 മണിയോടെ ആലപ്പുഴ കയർ ഫാക്ടറി വർക്കേഴ്സ് യൂണിയനാഫീസിൽ എത്തിച്ചു. മരണം സ്ഥിരീകരിച്ച സാഹചര്യത്തിൽ പെട്ടെന്ന് ശവസംസ്കാരം നടത്താൻ തീരുമാനിച്ച് ചാത്തനാട്ടെ ചുടുകാട്ടിലേക്ക് കൊണ്ടുപോയി.

സഖാക്കളുടെ പ്രതീക്ഷ അപ്പോഴും നശിച്ചിരുന്നില്ല. പല തരത്തിലും അന്വേഷണം നടന്നുകൊണ്ടിരുന്നു. ചുട്ടുകാട്ടിലേക്ക് പോയവരോട് മടങ്ങിവരാൻ ആവശ്യപ്പെട്ടു. രാത്രി 2 മണിയോടെ അവർ തിരിച്ചെത്തി. ചേർത്തലയിലെ ഒരു പേരുകേട്ട വൈദ്യനായ വാടക്കോടന്റെ അടുത്ത് പോകാനുള്ള തീരുമാനമായി. വാഹനങ്ങളൊന്നുമില്ല. അതുവഴിവന്ന ഒരു ലോറി ആദ്യം കൊണ്ടുപോകാമെന്നേറ്റു. പക്ഷേ കൃഷ്ണപിള്ളയാണെന്നറിഞ്ഞതോടെ പിന്മാറി. പിന്നീട് എക്സ് സർവ്വീസുകാരുടെ ഒരു ലോറിയിലാണ് ചേർത്തലയ്ക്ക് കൊണ്ടുപോകുന്നത്. മുന്നിലും പിന്നിലുമായി പോലീസ് വാനിൽ എക്സോർട്ടുചെയ്തു. വാടക്കോടൻ വൈദ്യരുടെ വീട്ടിലെത്തുമ്പോഴേക്കും നേരം വെളുത്തിരുന്നു.

നെൻമണികൊണ്ട് തുടയിൽ ഉരച്ചു നോക്കിയ വാടക്കോടൻ പാമ്പുകടിയേറ്റ് അരമണിക്കൂറിനകം മരണം സംഭവിച്ചിട്ടുണ്ട് എന്നു വിധിച്ചു. പിന്നീട് കൊല്ലത്തുള്ള പാമ്പുവളർത്തുകാരനായ ഒരു വിഷവൈദ്യനെക്കൂടി കാണിച്ചു. അദ്ദേഹവും കൈയൊഴിഞ്ഞതോടെ സഖാവിന്റെ മൃതശരീരവുമായ ലോറി നേരെ ആലപ്പുഴ യൂണിയനാഫീസിലേക്ക് പോന്നു.

ഉടനെ യൂണിയന്റെ പ്രഖ്യാപനം വന്നു.'രാത്രിയിൽ കായിപ്പുറം ബോട്ടു ജെട്ടിയിൽ ബോട്ടിറങ്ങിയ കൃഷ്ണപിള്ള ഇടവഴിയിലൂടെ നടന്നു വരുമ്പോൾ കൈതക്കാട്ടിന് സമീപം വെച്ച് പാമ്പുകടിയേറ്റ് മരിച്ചു.' ചെങ്കൊടിയിൽ പൊതിഞ്ഞ ഭൗതികശരീരം ആലപ്പുഴ കയർ ഫാക്ടറി തൊഴിലാളിയൂണിയൻ ഓഫീസിൽ പൊതുദർശനത്തിന് വെച്ചു. അപകടകാരിയായ കമ്യൂണിസ്റ്റിന്റെ മൃതശരീരം കാണാൻ ഒളിവിലിരിക്കുന്ന സഖാക്കളെത്തുമെന്ന ധാരണയിൽ പോലീസും സി.ഐ.ഡി കളും ജാഗ്രഗരായി. ഒളിവിലുള്ള സഖാക്കളാരും

പിടികൊടുക്കേണ്ടതില്ല എന്നതിനാൽ ശവസംസ്കാരത്തിൽ പങ്കെടുക്കേണ്ടതില്ലെന്ന് പാർട്ടി നിർദ്ദേശം കൊടുത്തു. തിരിച്ചറിയാൻ പറ്റാത്ത വിധത്തിൽ ചിലരെല്ലാം അന്ത്യോപചാരം അർപ്പിച്ചു. തിരുവനന്തപുരത്തെ കളത്തുങ്കൽ പോത്തന്റെ വീട്ടിൽ കഴിയുകയായിരുന്ന തങ്കമ്മയെ ആലപ്പുഴയിലേക്ക് വരുത്തിച്ചു.

വൈകുന്നേരം ആലപ്പുഴയിൽ ഫാക്ടറി യൂണിയനാഫീസിൽ നിന്നും വിങ്ങിപ്പൊട്ടുന്ന ജനാവലിയെ സാക്ഷിയാക്കി വിലാപയാത്ര പുന്നപ്രവയലാർ രക്തസാക്ഷികൾ അന്ത്യവിശ്രമം കൊള്ളുന്ന വലിയ ചുടുകാടിലേക്ക് പുറപ്പെട്ടു. ആലപ്പുഴ നഗരം അതുവരെ കണ്ടിട്ടില്ലാത്ത ജനപ്രാവാഹമായിരുന്നു. കേരളത്തിന്റെ തൊഴിലാളി സംഘാടകനും കമ്യൂണിസ്റ്റ് പേരാളിയുമായ കൃഷ്ണപിള്ളയുടെ ചിതയ്ക്ക് വലിയചുടുകാട്ടിൽ കെ.സി. ദാമോദരൻ തീ കൊളുത്തി.

ജീവിതമെന്നാൽ പോരാട്ടമാണെന്ന് കാണിച്ച ധീരപോരാളിയെ വലിയ ചുടുകാടേറ്റുവാങ്ങി.

●

റഫറൻസ്

1. *സഖാക്കളെ മുന്നോട്ട്* ഭാഗം 1, ഭാഗം 2 എഡിറ്റർ: ആണ്ടലാട്ട്
2. *സഖാവ് പി.കൃഷ്ണപിള്ള ഒരു സമഗ്രജീവ ചരിത്ര പഠനം*, ഡോ. ചന്തവിള മുരളി
3. *കേരളത്തിന്റെ കമ്യൂണിസ്റ്റ് പ്രസ്ഥാനം ഉദ്ഭവവും വളർച്ചയും*, ഇ.എം.എസ്
4. *ഒരു മുൻമുഖ്യമന്ത്രിയുടെ ഓർമകുറിപ്പുകൾ*, ഇ.എം.എസ്
5. *തന്റെ ജീവിതയാത്ര*, കെ.സി.ജോർജ്

പി. കൃഷ്ണപിള്ള